Kanyakumari

BChinavenkateshwarlu BChinavenkateshwarlu

ప్రథమ ముద్రణ

జనవరి 1, 1983

ప్రతులు : 1000

మూల్యం : 10/-

ప్రతులకు :

పూజ పబ్లికేషన్స్
ఫోన్ నెం. 25292
7—5—14 వల్లూరివారితోట
గుంటూరు 522 002

అంకితము

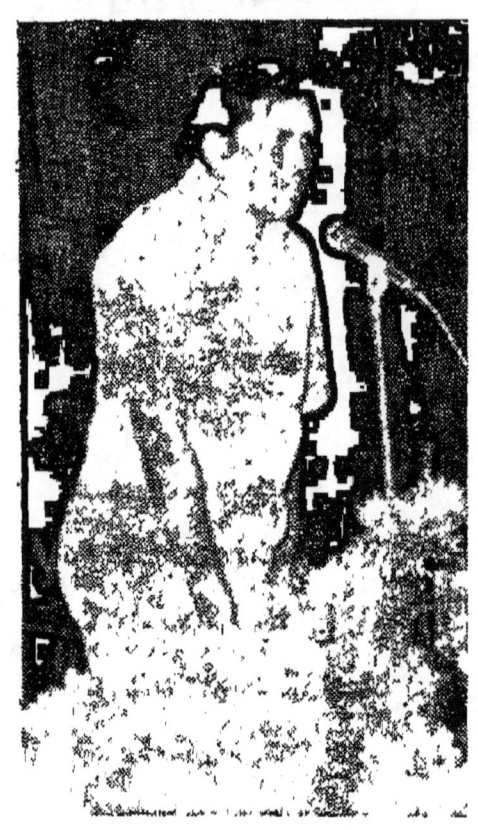

ఆర్యా !

మన కేంద్ర. రాష్ట్ర ప్రభుత్వములవారు హరిజన, గిరిజన, అల్ప సంఖ్యాక, మైనారిటీ, బలహీన వర్గాలకు, పీడిత, తాడిత ప్రజలకు ఎన్నియో ప్రణాళికలు ఏర్పాటు చేసి, కోట్లాదిరూపాయలు వారి శ్రేయస్సు కొరకు ఖర్చు చేయుచున్నారు అమలు జరుగుటలో సరిఅయిన ప్రభుత్వ యంత్రాంగము లేనందున అభివృద్ధి కార్యక్రమాలు కుంటుపడుచున్నవి దేశంలో, ముఖ్యంగా గిరిజన ప్రజలు నివసించు ప్రాంతాలలో నీతి—నిజా

యితీ- అభివృద్ధి కార్యక్రమాలను అమలు జరుపు అధికారుల కొరత ఎంతైనా యుంది.

మన గుంటూరు జిల్లాలో కలెక్టరుగా, గత రెండు సంవత్సరముల నుండి, జిల్లా అభివృద్ధి కొరకు. పేదవారల సముద్ధరణకు, పేదరికమును పారత్రోలాలనే ఉద్దేశ్యముతో, భారతరత్న, ప్రధాని శ్రీమతి ఇందిరాజీ 20 సూత్రముల ఆర్థిక కార్యక్రమములను అమలు జరుపుటలోను, విద్యా, వ్యవసాయ, వైద్య, ఋణముల పంపిణీ, త్రాగు నీరు ఇత్యాది దైనందిన విషయములలో, పేదవారల గృహనిర్మాణము, బహుళార్థక కార్యక్రమాలను, చేపట్టి, స్వచ్ఛంధ సంస్థల సహకారము తీసుకొని జిల్లాను ప్రగతిపథంలో నడిపిస్తున్న, ప్రేమపాత్రుడు, పేదల పెన్నిధి, దయామయుడు, విద్యాదాత, సాంఘిక సేవాతత్పరుడైన శ్రీ టి. గోపాలరావు I.A S గారికి ఈ చిన్న పుస్తకమును అంకితము చేసి ఉడుతాభక్తిని సమర్పించుకొనుచున్నాను.

ఇట్లు
భూక్యా చినవెంకటేశ్వర్లు
పత్రికా సంపాదకులు "నడక" దినపత్రిక
7—15—14 వల్లూరివారితోట
గుంటూరు 522 002

సమీక్ష

కన్యాకుమారి అనే యా నవలకు రచయిత శ్రీ భూక్యా చినవెంకటేశ్వర్లు. ఈయన స్వశక్తితో పైకి వచ్చిన ఉత్సాహవంతుడూ కార్యసాధకుడూ అయిన యువకుడు. గుంటూరు పురపాలక సంస్థలోనూ. గుంటూరు జిల్లా గ్రంథాలయ సంస్థలోనూ, గ్రామిక విద్యాపీఠములోనూ సభ్యుడు. నాగార్జున యూనవర్సిటీ సెనెట్ మెంబర్, నడక పత్రికకు సంపాదకులు. ఆంధ్రప్రదేశ్ షెడ్యూల్డ్ ట్రైబ్స్ వెల్ఫేర్ అసోసియేషన్ (ప్రెసిడెంటు. 1) గిరిజన ప్రగతి 2) భారతదేశ గింజములు- ఒక సమీక్ష, ఆనే గ్రంథాల రచయిత.

ఇన్ని యోగ్యతలన్నా ఈయన నిర్గర్వి. స్నేహశీలి భారతీయ సంస్కృతిమీద గౌరవాదరాలు కలవాడు. హిందూ సమాజంలో కాలానుగుణమైన మార్పులను కోరుకొనే సంస్కరణాభిలాషి.

హిందూ సమాజంలో విగతభర్తృకలైన స్త్రీల దయనీయ స్థితిని దృష్టిలోనుంచుకొని ఒక నవల వ్రాయాలనే సంకల్పంతో ఈయన కన్యాకుమారి అనే ఈ నవలను వ్రాశాడు.

కథా సారాంశము

న్యాయవాదియైన రామనాథంగారికి ఇద్దరు భార్యలు పెద్ద భార్య వెంకటమ్మ. రెండవ భార్య శ్యామలాంబ. వెంకటమ్మకు సంతానం కలుగ లేదు. అందువల్ల వెంకటమ్మే తన భర్తకు శ్యామలాంబతో వివాహం జరిపించింది శ్యామలాంబకు విష్ణువర్ధన్ అనే కుమారుడూ దేవి అనే కూతురూ కలిగారు. దేవిని వెంకటమ్మే పెంచి పెద్దచేసి తన తమ్ముడు జానకిరావుకు ఇచ్చి పెండ్లిచేసి ఇల్లరికం తెచ్చుకుంటుంది.

ప్రసూనాంబా కాంతారావుల ఏకైక పుత్రిక పదమూడేండ్ల బాలిక అయిన కన్యాకుమారితో విష్ణువర్ధనుకు వివాహం జరుగుతుంది. ఆస్తికోసం వెంకటమ్మ సవతికొడుకైన విష్ణువర్ధనుకు విషమిచ్చి చంపి కన్యాకుమారిని యౌవనారంభసమయంలోనే వితంతువుగా మార్చింది

వయసు వచ్చిన కన్యాకుమారి యౌవనసహజమైన వాంఛలను చంపుకోనూలేక సాంఘిక నీతి నిబంధనలను ఉల్లంఘించనూలేక తనలో తాను కుములుతూ వుంటుంది కుమారి తల్లిదండ్రులు ప్రసూనాంబా కాంతా రావులూ మేనమామ సూర్యారావున్నూ కలిసి యోచించి సంఘ వ్యవస్థలు ఎదిరించి కుమారికి యోగ్యుడైన శంకరకుమార్ అనే యువకునితో పునర్వి వాహం జరిపిస్తారు. కుమారీ శంకరుల పరస్పర ప్రేమ కూడా ఈ వివా హానికి దోహదం చేస్తుంది. కథ సుఖాంతం.

విద్యుల్లత,శారద అనే ఇద్దరు స్నేహితురాండ్రు కూడ బలుక్కొని ఒక మాసం వ్యవధిలో చెరి ఒక నవల వ్రాయాలనుకొంటారు ముందుగా విద్యుల్లత యీ కధను నవలా వ్రాసి శారదకు వినిపించటంతో నవల ప్రారంభమౌతుంది లత చదవటంపూర్తికావటంతోనవలసమాప్తమౌతుంది.

ఆద్యంతాలను ఇట్లా అనుసంధానం చేస్తే అది సినిమా ఫక్కీతో కొత్తతరహగా ఉంటుందని ఈ రచయిత అభిప్రాయం కావచ్చు

బ్రాహ్మణ కుటుంబాలలోని ఆచార వ్యవహారాలనూ పలుకుబళ్ళనూ బాగా ఆకళింపు చేసుకున్నాడీరచయిత. హిందూమతంలోని

మూఢవిశ్వాసాలను త్రోసిపుచ్చి కాలానుగుణమైన మార్పులు చేయటం వల్లనే హిందూసమాజం ఆరోగ్యవంతమౌతుందనే భావాన్ని ఈ నవలలో ప్రస్ఫుటం చేయాలని ఈయన ప్రయత్నించాడు.

శ్రీరాజారామమోహనరాయలు, శ్రీ కందుకూరి వీరేశలింగం, గురజాడ వంటి సంఘసంస్కర్తల అవిరళకృషివల్ల హిందూసమాజంలో మూఢవిశ్వాసాలు పైదొలగి కాలానుగుణమైన సంస్కరణలెన్నో వచ్చాయి.

ఈనాటి సంఘంలో వితంతు వివాహాలు అసంఖ్యాకంగా జరుగుతూనే వున్నాయి. ఎవరూ వీటిని గూర్చి పట్టించుకున్నవారూ లేరు. తప్పుగా భావించేవారూ నేడు లేరు. సదాచార సంపత్తిగల సనాతన కుటుంబాలలో సైతం నేడు రజస్వలానంతర వివాహాలే పూర్తిగా జరుగుతున్నాయి.

కాలచక్రం గడియారాన్ని ఒక యాభైయేండ్లు వెనక్కు త్రిప్పి ఆనాటి సమాజవ్యవస్థకథ చక్కగా నడిపోతుంది.

నేటి సమాజంలో స్త్రీలు విద్యావంతులై డాక్టర్లుగా లాయర్లుగా కలెక్టర్లుగా మంత్రిణులుగా- ఒకటేమిటి- అన్నిరంగాలలోనూ పురుషులతో సమానంగా అభివృద్ధి సాధించారు. అయినా స్త్రీ ఇంకా అబలగానే ఉన్నది. ఆమెకు తగిన రక్షణలేదు. అన్యాయాలకూ అత్యాచారాలకూ గురి అవుతూనే వున్నది. ఎందరో నవవధువులు కట్నాల ఉరిత్రాళ్ళకు బలి అవుతూనే వున్నారు. అత్తింటివారి దురాశలకూ క్రౌర్యానికీ ఆహుతి అవుతూనే వున్నారు. హేళనలూ - అవమానాలూ - మానభంగాలూ - హత్యలూ అత్యాచారాలు స్త్రీల పట్ల జరుగుతూనే వున్నాయి. ఒంటరిగా స్త్రీ ఎక్కడికైనా వెళ్ళాలంటే భయమే "యథాస్త్రీణాంతథావాచాం సాధుత్వే దుర్జనోజనః అన్న భవభూతి మహాకవిసూక్తి నేటికీ వర్తిస్తుంది. "యత్రనార్యస్తుపూజ్యంతే రమంతేతత్ర దేవతాః అన్న ఆర్యోక్తి సూక్తిగానేమాత్రమేమిగిలింది. ఈ దౌర్భాగ్యస్థితి ఎప్పటికిమారుతుందోమరి.

పురుషులమాట అల్లావుంచండి. స్త్రీల పట్ల స్త్రీలకే చులకన భావం. కట్నాల కోసం కోడళ్ళను వేధించే అత్తలు, సాటి స్త్రీలమీద అపవాదులు వేసే అమ్మలక్కలు స్త్రీలను మోసగించి వ్యభిచార గృహాలకు సైతం విక్రయించే చీడపురుగులు ఎందరులేరు! ఎవ్వరో ఉద్ధరించటం కాదు. స్త్రీలను స్త్రీలే ఉద్ధరించుకోవాలి. స్త్రీల సమస్యలను స్త్రీలే పరిష్కరించుకోవాలి. అందుకు శాసనాలు చేయించాలి సత్యాగ్రహాలు చేయాలి. సంఘంలో విప్లవం తీసుకురావాలి. సంఘంలో ఊపిరి కొత్త సత్తువరావాలి అందుకు స్త్రీలే పూనుకోవాలి.

ఈ రచయిత ఆశంకూడా అదే. గ్రంథారంభంలో విద్యుల్లత శారద అనే రచయిత్రుల సంభాషణలో ఇలాంటి భావాలు చోటుచేసుకున్నాయి. నేటి సమాజంలో స్త్రీలసమస్యలకుపరిష్కారాన్ని సూచించేరచనలు సంఘంలో నవచైతన్యాన్నికలిగించే ఉత్తేజకరమైనరచనలునేడురావాలి.

బాలవితంతు వివాహాల అవశ్యకతను ప్రబోధించే ఈ కన్యాకుమారి నవల గతకాల సమాజంలోని స్త్రీల స్థితిగతులు తెలుసుకోటానికి పాఠకులకు ఎంతోబాగా ఉపకరిస్తుంది

ఈ రచయిత ఇకముందు సమకాలిక సమాజంలోని స్త్రీల సమస్యలకు చక్కని పరిష్కార మార్గాలను సూచించగల మంచి రచనలను చేయాలని నా అభిలాష

నవలా రచనలో ఇది ఈ రచయిత ప్రథమ ప్రయత్నము. శబ్ద ప్రయోగాలలో గానీ రచన విధానంలోగానీ ఎన్నో లోపాలు వున్నప్పటికీ ప్రథమ ప్రయత్నంలోనే ఈ పాటి మేటి రచనకు ఈయన చేయగల్గినందుకు హర్షిస్తున్నాను. ఈయన ఇతోధికంగా చక్కని రచనలు చేసి ఆంధ్ర సరస్వతిని అలంకరించాలని ఆకాంక్షిస్తున్నాను. ఇట్లు

విబుధజన విధేయుడు

విద్వాన్-శిరోమణి

అక్కిరాజు వేంకటేశ్వరశర్మ, తెలుగు లెక్చరర్. ఏ.సి. కాలేజి

గుంటూరు 25-12-82

కన్యాకుమారి

"శ్రీ" కారము గ్రంథాదియందుండుట శ్రేయోదాయక మేనేమో. మంచి చెడ్డలు విచారించిచేయుట విజ్ఞుల లక్షణం. సంప్రదాయసిద్ధంగా వున్న అనేక విషయాలీనాడు మనకక్కరలేనివిగాను, అనవసరంగాను కన్పించినను ఒకప్పుడవి ప్రసిద్ధ పురుషులగు పూర్వులచే ఆ మూలాగ్రంగా విచారింపబడి ఆరోగ్యాన్ని అనుసరించియో, నీతి ననుసరించియో శాస్త్రబద్ధంగా చేసి అనుసరిస్తూ వచ్చారు. వర్తమాన కాలంలో నాజూకులలిసి, తెనుగుమీరిన తరువాత అన్ని ఆచారాలను విడనాడి పూర్వులన వహేళన జేస్తూ తాము ప్రజ్ఞా ధురీణులమని విఱ్ఱవీగటంలో అర్థంలేదనే చెప్పాలి. అనేక వ్యసనాలకు, అనారోగ్యాలకు దాసులై నీతి బాహ్యులు కావటమే గాకుండా అమూల్య జీవితాలను వ్యర్థం చేసుకొని మృత్యువాత పడటంగూడా సంభవిస్తున్నదనిన ఆశ్చర్య మేమున్నది. ?

ఇక ప్రస్తుతానికి వస్తాను. నవలారచనకిది ప్రథమ ప్రయత్నమైనా వ్రాయ సాహసించినందులకు లోకము మన్నించునుగాక. అట్లా ప్రథమ యత్నమని వుపేక్షిస్తే ప్రధమము కానిది ద్వితీయ మెట్లౌతుంది? ఇందలి భావములకు నేనే బాధ్యత వహిస్తూ ఫలితాంశాన్ని, మంచి చెడ్డల నిర్ణయాన్ని పాఠక రాజహంసలకు వదులుతున్నాను.

—రచయిత

క్రొత్తబొందుబుక్కు మొదట రెండుమూడు కాగితాలువదలి పీఠిక వ్రాసింది. ఎంత స్నేహంగావున్నా, నాతో చెప్పకుండానే వ్రాయ ప్రారంభించింది. అమ్మో! విద్యుల్లత సామాన్యురాలు కాదు. లోపల స్వయంపాకం మనిషి. అయినా వచ్చిన తర్వాత అడుగుతాను. అని మనసులో ఏమేమో అనుకొంటుండగానే విద్యుల్లత వచ్చి,

'ఏమే శారదా! ఎంతసేపయిందివచ్చి'

'ఇంతపని జేస్తావనుకోలేదే, నీకు న్యాయమేనా ?

'అబ్బే ! లేతే నీకోచెప్పకుండా నేనేపనైనా చేస్తానా? విన్న సాయంత్రం మనమనుకోలేదూ ? మరి అంతకంటేవిపరీతం నేనేం జేశాను? అనుకున్నాము అనుకొంటే నీవు ప్రారంభంగూడా జేశావుకదా?

'ఆ' ! ఇవాళ త్రయోదశి బుధవారం గదా మంచిదని పుస్తకం తెప్పించాను. అప్పుడేదో దొర్లిన రెండుముక్కలు రాశాను. ఇంకా కథ ప్రారంభించలేదు. ఇంతలో మా అమ్మ పిలిచింది. నేను లోపలకు వెళ్ళి వచ్చేలోగా నీవు రావటం, చదవటం, నామీద విరుచుకుపడటం అయిపోయింది.

'పరేగాని లలితా ! ఏమికథ రాతామనుకొన్నావు' ?

'అబ్బే ఏమీ అనుకోలేదు. విన్నదిగే రాతామనుకొన్నా'.

"అయితే ఇద్దరము కలసి ఒకటిగా రాయడమా లేక ప్రత్యేకంగా రాయడమా?

రెండు పద్ధతులను గురించి దీర్ఘంగా ఆలోచించాను. రెండింటి లోను రెండు మెరుగులున్నాయి. ఇద్దరము కలిసిరాస్తే నీకు సులభమే, నాకు సులభమే. నాకు తెలియనిది నీవు, నీకు తెలియనిది నేను సవరించు

కొంటూ వుండొచ్చు. ఇద్దరిభావాలను సమన్వయం చేసుకొని ఉత్తమ భావాలనందు చేర్చవచ్చు. మన ప్రాణస్నేహానికి తార్కాణంగా కూడా వుంటుంది. ఇక రెండవపక్షంలో ఇరువురము కలిసి ఒక పుస్తకం వ్రాసేదానికంటే ఎవరియొక్క అభిప్రాయాల్ననుసరించి వారు రాస్తే అదీ చాలా బాగుంటుంది. ఏక్‌విరంజన్ అన్నట్లు స్వబుద్ధినుపయోగించుకో వచ్చు. చెరొకపుస్తకంరాసి తెలుగుతల్లికి ఉడుతభక్తిగా సమర్పణజేసిన వారమౌతాం. ఇందు నీకేది యిష్టమో అలాచేయటానికి నాకేమీ అభ్యంతరం లేదు. "నీవు చెప్పింది చాలాబావుంది. ఇద్ధరం ఏకీభవించి జంటగా రాయాలని నాకు కోరికగా వుంది. భగవదానుగ్రహముంటే తరువాత ప్రయత్నంలో చూదాం. ఈ తడవకు చెరొకనవలా రాయటమే మంచి దనుకొంటున్నా. శారదా! చక్కగాఆలోచించావు. నీవున్నూ యీనాడే ప్రారంభించు. పుస్తకం పూర్తిఅయ్యేవరకు నాకథాభాగము నీకుగాని, నీ కథాసరళి నాకుగాని తెలియ జెప్పుకో గూడదు. సుమారొక మాసం గడువు పెట్టుకొందాం. ఈలోగానే పూర్తి అయితే మరీ మేలేగదా? ఏమంటావ్

లతా! నీ రచనా నైపుణ్యం నాకులేదే గ్రంధాందోళన జేసిన దానివి. స్కూలుఫైనల్‌వరకు చదివితివి. ఆంధ్రంలో ప్రవేశముంది. అన్ని విధాలా నీవు విద్యుల్లతగానే ప్రతిఫలిస్తున్నావు.

చాల్లేవే, నీ కథాక్రమణిక ఇపుడే చేస్తున్నట్లున్నావు. ఏదో నా మీద ప్రేమచేత అలా అంటున్నావుకాని నీవుమాత్రం తక్కువయిన దానివా? హిందీ రాష్ట్ర భాషచదివితివి. కొలదిగా ఇంగ్లీషు, తెనుగు చదివితివి. హిందీలో చాలచక్కని కధలుంటాయని నీవనేకసార్లు చెప్పావు. అట్లాంటివి రుచిచూసిన దానివి మచ్చుకు మచ్చు హిందీకథల

లాంటివి రాయగలుగుతావని నా దృఢనిశ్చయం అపర శారదవు కావుచే నీవు!

ఈ విధంగా స్నేహితురాండ్రిద్దరు నిశ్చయ పరచుకొని నవలా రచనకు బూనారు. స్త్రీలలో చాలామంది విద్యా పిపాసలున్నారు. విద్యాధికులున్నారు. ఈనాడేకాదు వేలసంవత్సరాల క్రిందటగూడ అన్ని రంగాలలో నధికురాండ్రైగుస్త్రీలకు భారతదేశము గొడ్డుబోలేదు. పురుషుల కంటె స్త్రీలు తక్కువవారనీ, అబలలని, గృహిణు లెప్పుడు "వంట" తమ ముఖాన రాసిపెట్టినట్లున్నూ, పొయ్యి మెడకుగట్టుకొని వ్రేలాడాలని అనుకొనే కాలం గడచింది. వాళ్ళూ మానవులేనని, సబలలేనని, భావాలు కలవాళ్ళేనని రుజువుచేసుకోవాలంటే 'స్త్రీలు పురుషుల బానిసలని' పురుషులు వ్రాసిన గ్రంధాలలో రాశారనుకొనే దానికంటే తమజాతిని కాపాడుకొనేనిమిత్తం, నీతిని నిలుపుకొనే నిమిత్తం తమహైందవ సాంప్రదాయాన్ని నిలబెట్టుకొనే నిమిత్తం, భారతవర్షంలో మరల స్వర్ణ యుగం అవతరించే నిమిత్తం తమ హృదంతరాళాలలో దాగివున్న నూతన ప్రపంచంలో విహరిస్తూ వెనుకకు నడువలేకుండా వున్న భావ పరంపరలకు తోడి మహిళాలోకానికి, సోదర పురుష ప్రపంచానికి వదలి తమకర్తవ్యమును నెరవేర్చుకోవాలని పూనటంలో తప్పులేదు.

ఎంత గ్రంధ పరిచయమున్నా రచనా నైపుణ్యమున్నా, తీరుబడియున్నా, ప్రోత్సాహమున్నా కొందరు కాంతామ తల్లులు ఏమేవి వ్రాయ బూనరు మరికొందరు పుస్తకమైనా చేపట్టక సంసారసాగరంలో ఈదులాడుకొంటూ ప్రపంచమే మరుస్తారు. ఇది యిరువయ్యో శతాబ్దం. యువతీ మణులు భాషాపరిచితులు పట్టుదలతో ఒక పుస్తకం రాయ

బూనటం హర్షింపదగ్గది. విద్యుల్లతా శారదలు నవ్యభారత మహిళా సామ్రాజ్య సౌధాంతస్థులలో ఒక అంతరువు గడచినట్లు భావించారు.

ii

నాడు పూర్ణిమ ఇంగ్లీషు తేదీననుసరించిన నాటికి మాపమైంది. అతిధులననుసరించి పైన రెండుదినాలు గడచినవి. విద్యుల్లత తన నవలను పూర్తిచేసి వారం గడించింది. కాని శారదతో యీ విషయం చెప్పలేదు. తాను ముందుగా పూర్తిచేశానంటే శారదమనసు నొచ్చుతుందేమో? ఉత్సాహం చెడునేమో? అని విద్యుల్లత తలచింది. అప్పుడపుడు సంభాషణలో ఎవరెంతలో వున్నారనే ప్రస్తావన వచ్చినపుడు అదినేనుచెప్పను. నెలనాటికిగదా మన షరతు. ఆ విషయం మనసులో బెట్టుకొని వ్రాయి. అని లత అనేది. నిన్నటితో పుస్తకం పూర్తిచేసి ఈవేళ సాయంత్రంకి తీసుకొని వస్తానని శారద చెప్పింది కాని యింత వరకు రాలేదు. కారణమేమై యుండును? పూర్తిచేయలేక పోయి యుండవచ్చు. అయినా వెళ్ళి విషయం కనుగొని వస్తానని విద్యుల్లత బయలుదేరింది. ముంగిలిలోకి శారద యెదురైంది.

ఏమే శారదా! ఆడబోయిన తీర్థమెదురైనదే?

ఎందువలన ?

నీకొరకు రావలెనని బయలుదేరాను. ఇంతలో నీవేవస్తున్నావు.

ఇద్దరూ కలిసిలోనికి వెళ్ళారు. విద్యుల్లతా శారదలు ఒక ప్రత్యేక గదిలో ఆసీనులైనారు. అది మామూలుగ వారికూడలి స్థానమే. ఎవరి పుస్తకం వారు చేతిలో పట్టుకు కూర్చున్నారు. ఇపుడొక మీమాంస వచ్చింది. ఎవరి పుస్తకం ముందు చదువుటా అని

'శారదా ! నీవు చదవ్వే

'నీ పుస్తకం ముందు కానీవే

'ఎవరిదైతేనేంలేవే ? నీవే కానివ్వు

'లతా ! నీవుచదివి వినిపింపవే ముందు

విద్యుల్లత ఒక అభిప్రాయం సూచించింది. 'మన పేర్లు రెండు చీట్లపై వ్రాసి లాటరీవేద్దాం. ఎవరిపేరు వస్తే వాళ్ళు చదువుదాం' అన్నది. శారదకందుకు అంగీకారమేగాని ఇందులో పెద్ద విశేషమేమీ లేదనీ,విద్యుల్లత రచన తాను వినవలెననే కుతూహలంతో నున్నందువనూ హృదయపూర్వకంగా "లతా ! చదవ్వే అన్నది.

సంతోషంతో అంగీకరిస్తూ లత చదవటమారంభించింది.

౧

సాయంకాలము ఐదుగంటలైంది. వస్తానని చెప్పివెళ్ళిన సూర్యారావు ఇంకా రానేలేదు. ఏంచేయటానికి తోచటం లేదు. టైమా ఎక్కువ లేదు. సరిగా ఐండి ౬–౩౦ గంటలకే బయలుదేరటం ఇక్కడనుంచి స్టేషనుకు వెళ్ళేటప్పటికి ఎలాగైనా ఇరవై నిముషాలు పట్టకపోతుందా ? రైలుకు వెళ్ళవలసినవాళ్ళు ఓ పదినిముషాలు ముందే వెళ్ళటం మంచింది. రైలుకోసంమనం వేచియుండవలెనుగాని మనకోసం రైలు వేచియుండదు. ఇతనెప్పుడూయింతే బహుజాగుమనిషి. ఆడవాళ్ళు పేరంటానికి బయలుదేరినట్లు చీరె రెవికా సింగారించుకొంటున్నాడు కాబోలు. ఒరే సుబ్బుడూ !

మా సూర్యారావుగారింటికెళ్లి నేను త్వరగా పిలుస్తున్నానని చెప్పిరా. వెంట బెట్టుకొని రావాలె. అన్నాడు కాంతారావు.

'చిత్తం బాబయ్యా!'

× × × ×

'బావా! నేనేంచేసేది? ఇంటికి వెళ్ళేసరికి ఒక సందర్భంలో ఒక విషయాన్ని మాట్లాడాలని ఒక స్నేహితుడు వచ్చి కూర్చొన్నాడు. అతనితో మాట్లాడి సాగనంపివస్తున్నాను. త్వరగా బయలుదేరు. ఫరవా లేదు. బండింకాపదినిముషాలు టైముంది. నేను ఎక్కివచ్చినజట్కావుంది దానిమీదే పోదాం.

"ఆఁ! ఒకమనిషి, ఒక సందర్భం, ఒక విషయం. ఏమిటా చిదంబర రహస్యం! చూసిచూసి గ్రుడ్లు తీసుకపోయినవి. సుబ్బడు రాలే నీకోసం.

నేను జట్కాలోవస్తున్నాను. వాడుబజారునేపరుగెత్తుకుపోతున్నాడు నన్ను వాడు చూచినట్లులేదు. సరే, ఇంకా ఆలస్యమెందుకు కానీ.

శకునం కొంచెం చూడు.

అలా శకునాలు పెట్టుకుంటే తేలదు. నీ అనుమానాలు ఇప్పుడు పెట్టుకోబోకు.

బాపట్లలోకెల్లా పేరుమ్రోగినజట్కా. ఇదివరలో ఒకటి రెండు పందాలలో గెలిచిన గుఱ్ఱం. స్టేషన్‌లోకి రైలు, జట్కా ఒకే తడవ వచ్చి చేరినవి. ఇంకా టిక్కెట్టు తీసికోవలసివుంది. రైలు అంద దేమో. అందకపోతే అపశకునమని కాంతారావు అనుమానిస్తున్నాడు.

త్వరత్వరగా మనుషులను తోసుకొని వెళ్లి గలాటాగా వున్న ఆ బుకింగ్ ఆఫీసు గుంపులోంచి సూర్యారావు ముచ్చెమటలుపోసి చొక్కా అంతా తడిసి బయటబడేసరికి తాతలు తలపుకొచ్చారు. గార్డువిజిల్ వినబడ్డది. గబ గబా పరుగెత్తుకెళ్లారు. రైల్లోవీళ్ల ఎక్కటమేముందో లేక రైలు కదలటమేముందో తెలుసుకోలేక పోయినారు. ఒక్క అరనిముషం ఆలస్యమైతే బండి తప్పేదే. అక్కడికీ 10 నిముషాలు బండి లేటు కాబట్టి సరిపోయింది. లేకపోతే సూర్యారావుమెడ కొరికివేశేవాడే కాంతారావు.

ప్రొద్దు గుంకువేళ ఆ రైలువేగంలో పిల్లగాడ్పులు వచ్చి ప్రయాణీకులను ముఖ్యంగా కాంతా సూర్యారావులను సేదదీర్చినవి. రైలుఇంజను గుప్పు ఆ వల్లని ధూమ తరంగాలలో సూర్యారావు సిగరెట్టు పొగ లీనమై పోయింది. ముందు జరుగవలసిన కార్యక్రమాలోచనలో కాంతారావు నిమగ్నుడైనాడు. చీకట్లు క్రమ్ముతున్నాయి. దీపాలు చెటుక్కున వెలిగాయి. సూర్యారావు సిగరెట్టు గోటమీటాడు.

ఆరెరే అన్నాడు కాంతారావు.

ఏమిటిబావా! ఏమన్నామరచి పోయావేం ?

జాతక చక్రం మరచానోయ్

అంతేలే నాకోశం తహతహలాడకపోతే ఏమితీసికోవాలో యేమో ఆలోచనే లేదాయె.

....

సరే మునిగిపోయిందేమున్నదిలే. తెలిసివున్నంతవరకు జాతకం గురించి చెప్పవచ్చు. అంత అవసరమైతే వెనకనుంచీ పంపుదామని చెప్దాం.

డ్రాయరులోనుంచి తీశాను. బల్లమీద వుంచాను. అంతలో సుబ్బడివి నీ కొరకు పంపుదామని వాకిట్లోకి వచ్చాను. అంతటితో ఆ విషయమే జ్ఞప్తిలేదోయ్.

ఉః ఏదో రెండు టాకులు టాకలేకపోతాం? నోటిలో నాలుకుంటే సరి.

౨

రామనాధంగారంటే గుంటూరు ప్లీడర్లలో పలుకుబడి, పేరు, ప్రతిష్ఠా, ఫైలుగలవారు, బారు అసోసియేషన్ కార్య దర్శి గూడను. అరండల్ పేటలో అయిదంతస్తులమేడ, ప్రాక్టీసు ప్రారంభించిన ఈ పాతిక సంవత్సరాలలో రెండు లక్షల రూపాయలు సంపాదించారు. రామ నాధంగారి చిన్నతనంలో తినటానికి తిండిలేకపోవటం ఆయనకు బాగా జ్ఞాపకముంది. ఒక్కొక్కరోజు పాఠశాలనుంచి యింటికి వస్తే అన్నం లేనందువల్ల బిక్కమొగంవేసికొని వెంటనేబడికి వెళ్ళటం అయనకప్పుడు స్ఫురణకు వస్తుంటుంది. వెంకటమ్మకు పిల్లలు లేకపోవటంవల్ల ఆమె యిష్టంమీదనే రెండవ వివాహం రామనాధంగారు చేసుకొన్నారు. శ్యామ లాంబను వివాహమాడినప్పటినుండి దశయెత్తుకొన్నది. మట్టి పట్టుకొంటే బంగారంగా మారిపోయింది. రామనాధంగారి చేతికి వెళ్లిన కేసు ఫెయిల్ అవుతుందన్న అపనమ్మకమే లేదని బాగావాడుకే.

ఇదివరలో అద్దెయిళ్ళల్లోవుండి కాలం గడుపుకొన్నప్పటికీ ఇపు డున్న మేడకట్టి పదియేండ్లయింది. ముప్పయి సెంట్ల స్థలం కొన్నారు. ప్లాటు మధ్యలో మేడ చుట్టూ ఖాళీస్థలం, దక్షిణవైపు ఒక సావడి, పెరట్లో వంటకు ప్రత్యేకంగా యిల్లు, దానిప్రక్క స్నానాలగది, ఉత్తర భాగంలో రోటునానుకొని కారుషెడ్, సింహద్వారానికెదురుగా నూర్యున

పెద్దగేటు, ఈ మధ్యలో పూలచెట్లు, క్రోటన్ మొక్కలు, కాంపౌండు గోడవెంబడే చుట్టూ కొబ్బరిచెట్లు నాటించారు. మధ్యలో వేపచెట్లు రెండు ఇవి వాటుకు అరపకుండా వున్నాయి ఆ వేపచెట్ల నీడల్లో నాలుగు సిమెంటుపోత బెంచీలు రామనాధంగారికి ఊపిరి సలుపుకొనే తీరిక లేక పోయినా ఏదో ఒక వేళ ముఖ్యంగా సాయంకాలమందు చెట్లనన్నిటినీ పరామర్శ చేసి యోగక్షేమాలు విచారించి పోతుంటారు. తోటమాలి లింగన్న చిన్నప్పటినుంచి వారింట్లోనే వుంటున్నాడు. లింగన్న అంటే రామనాధం గారికి మంచి నమ్మకము, ప్రేమ. బస్తీకాపురమే అయినా రెండు ఆవులు, రెండు గేదెలు ఎప్పుడూ పాడికి తియ్యకుండా వుంటాయి.

శ్యామలాంబ యందు ఒక మొగపిల్లవాడు, ఒక ఆడపిల్ల మాత్రం కలిగారు. విష్ణువర్ధనరావుకు ఇరవయ్యోయేడు. చెల్లెలు దేవికి పద్నాలుగో యేడు.

విష్ణు యీ సంవత్సరం B. A. సీనియరు క్లాసు చదువుతున్నాడు. దేవి పెనిమిటి యీ యేడే F A. లో ప్రవేశించటంవల్ల మామగారింట్లోనే వున్నాడు.

ఆనాడు ఆదివారం. రామనాధంగారు కాఫీపుచ్చుకొని తీరికగా యీజీ ఛైర్‌లో మేనువాల్చాడు. చిన్నగుమాస్తావచ్చి కొన్ని అవసరమైన ఉత్తరాలకు సంతకాలు పెట్టించుకొంటున్నాడు. 'హిందూ' ఏదీ అని రామనాధంగారు ప్రశ్నించారు. 'అన్నయ్య మేడమీదికి పట్టుకెళ్ళాడని' దేవి ప్రత్యుత్తరమిచ్చింది. విష్ణువర్ధన్, బావలకు మేడమీద ప్రత్యేకగదులున్నప్పటికి సాధారణంగా ఒకేగదిలో చదువుకొంటుంటారు ఇద్దరి రాజకీయాభిప్రాయాలలో కొంచెం బేధముండుటవల్ల అప్పుడప్పుడు

కొంచెం వాగ్వాదనలు, విమర్శలు జరుపుకొంటుంటారు. ఒక కాలే జీలో జరిగిన సమ్మెను గురించి చెయ్యవలసిందేనని విష్ణు, చేయరాదని బావగారు కాసేపు తర్జన భర్జనలు గావించుకొని తీర్పుకొరకై తండ్రి వద్దకు వచ్చారు. ఆయనగారికీవిషయ మంతా బోధ పరుస్తున్నారు. ఇరు పక్షములందు హియరింగు చేస్తున్నారు. కొడుకు, అల్లుడు వీరి వాదనంలో ఎవరి ప్లీడింగ్ జయిస్తుందోనని గుమాస్తా నోరు తెరుచుకొని వింటున్నాడు.

ఈ సమయంలో ఇరువురు పరిచితులు, ఇరువురపరచితులు రామ నాథం గారికి దృగ్గోచరమైనారు. అందరిని ఆహ్వానించి ఉచితాసనము లను జూపారు. వీరి ప్రవేశంతో అదివరకు జరుగుచున్న సంభాషణ విచ్ఛిన్నమించింది.

ఏమోయ్, వెంకట సుబ్బయ్యా! ఏం విశేషాలు అన్నాడు రామనాథం.

ఏమీ లేదుసార్! మొన్న తమతో మనవిజేశానే ఆ విషయం గూర్చి మనవారు వచ్చారు.

ఓహో! అలాగా, ఎప్పుడు దయచేశారు?

రాత్రి వచ్చారు. అన్నాడు వెంకటసుబ్బయ్య.

కొంతకాలం లోకాభిరామాయణంతోను, ప్రస్తుత భారత రాజ కీయాల మంచి, ఆంధ్రరాష్ట్ర గొడవల మీదుగా మున్సిపాలిటీ దావాం వరకున్నూ, వెంకటసుబ్బయ్యగూడా ఒక ప్లీడరేగనుక కోర్టు మున్సబు బదిలీ వ్యవహారాల దాకా సంభాషణలు జరిగినవి. ఇంతలో హాల్లో గడి యారం 9 గం. బజాయించింది. ఆ సంభాషణవాపుచేయిస్తూ వెంకట సుబ్బయ్య యిలా అన్నాడు. పంతులుగారంటే నాకెంతో గౌరవం.

వారు మాకు గురువువంటివారు. ఓ చిన్న కేసైనా, ఓ పెద్ద కేసైనా వారి సలహాలేంది మేము చేయలేం. వారి ఎడ్వైజ్ వచ్చిందంటే కేసుగెలిచిందన్నమాట. సిరిసంపదగల గౌరవ కుటుంబీకులు. శిష్టాచార సంపన్నులు. అందువల్లనే స్నేహరీత్యా ఈ సంబంధాన్ని అనుకూలం చేయాలనుకుంటున్నా. దీనికి నేను మధ్యవర్తిత్వం అవలంభించటం భగవదాదేశమే. కుర్రవాడా తెలివితేటలు గలవాడు. బుద్ధిమంతుడు. ఈ రోజులలో అందరివలె ఆటకాయి తనాలు, అల్లరులు, కొంటె వేషాలు అతనికేమీ గిట్టవు. అతని చదువేమో, అతని కాలేజీయేమో కాని వేరే ఆలోచనలో బుద్ధి జొరవివ్వడు. ఇక అవతల పక్షంలో విచారిద్దామా అంటే గౌరవ కుటుంబం. మంచి పాయాగలవాళ్ళు. కాంతారావు నేను బాల్యంనుంచి స్నేహితులం. క్లాసుమేట్సుము ఇద్దరం బి. యే. చదివిరతర్వాత నేను బి. యల్.కు వెళ్ళాను. అతను ఇంటి వ్యవహారాలు చూసుకొంటూ ఉన్నాడు ఏదో ఇంత భగవంతుడిచ్చాడు. పూర్వపు స్థితిగతులు కొంత తగ్గినా చాప చెడినా చదరంత అన్నట్లు మరేం ఫరవాలేదు. సముద్రతీరం బాపట్ల క్లైయిమేటు హాయిగా వుంటుంది. నిర్విచారంగా కాలక్షేపం చేస్తున్నాడు. ఏమోయి కాంతం, ఏమంటావు ? అంటూ ఓస్మాల్ కాజ్ వంబరు హియరింగ్ లాగా కొట్టేశాడు.

సూర్యారావు, కాంతారావులు పరిస్థితులన్నీ చూచారు. రామనాధంగారి దర్జా, వారి అట్టహాసమంతా కనిపెట్టక పోలేదు. తామువచ్చినప్పటికి హాలులో వున్న వ్యక్తులెవరెవరో గుర్తు పట్టగలిగి నప్పటికి విష్ణువర్ధన్ అతని బావలలో విష్ణు యెవరో తెలుసుకొనుట కష్టమైంది. వెంకటసుబ్బయ్యద్వారా కనుసన్నల వల్ల తెలుసుకొన్నారు. కుర్రవాడు

బాగానేవున్నాడు. పచ్చని శరీరం, అవయవసౌష్టవం, నూ నూ గు మీసాలు. మధ్యపాపిడి తీయగా అటూ ఇటూ జలజలలాడే బూజాద్ క్రాఫ్. చేతికి ఓ చిన్న రెక్టాంగ్యులర్ రిస్టువాచి. కాలికి స్లిప్పర్లు, హాఫ్‌హాండ్సు ఖద్దరు సిల్కులాల్చీ. ఈ వాలకం అంతా కాంతారావును ఆకర్షించింది. సూర్యారావు కాంతారావులేదో పనివున్నట్లు వాకిట్లోకి వెళ్ళి ఒక పర్యాయం గుసగుసలాడి వచ్చారు. దానినిబట్టి పిల్లవాడు వచ్చాడని ముఖకవళికలబట్టి వెంకటసుబ్బయ్య గ్రహించాడు. తాము వచ్చినప్పటికి మాట్లాడుతూ వున్న విష్ణు కంఠధ్వని, ఆ మాటలతీరు, వాగ్దుంబన, చమత్కృతి, అన్నింటా వకీలు రామనాధంగారి పుత్రుడే అనిపించాడు. సంబంధం ఖాయమైతే భగవంతుడను కూలించినట్లే అనుకొన్నాడు కాంతారావు.

'బావగారూ! అమ్మాయికి ఇపుడెన్నో సంవత్సరం?' అన్నారు రామనాధంగారు.

అమ్మాయికి పదమూడోయేడు. ఈ సంవత్సరం తప్పక వివాహం చేసి తీరవలెనని వుంది. మా బంధువర్గంలోగాని, మా యింటా యెన్నడూ యెట్టి అపఖ్యాతి పడలేదు. అందువల్ల ఎక్కువ అదుర్దా పడవలసి వస్తుంది. మా స్నేహితుడు వెంకటసుబ్బయ్య ద్వారా తమ వద్దకు వచ్చాము. అన్నాడు కాంతారావు.

రామనాధం : రాజబంధువులు మీరు రావటం చాలసంతోషమైన సంగతి. అయితే నేనుగాని, అబ్బాయిగాని ఇదివరలో అభిప్రాయపడటం బి. యె. పూర్తి అయిందాకా వివాహ ప్రయత్నం ఆపుదామనే లోగడ ఏలూరునుంచి బందరు

నుంచి అందాకా యెందుకు మనగుంటూరులోనే ఏదో సం
బంధములు వచ్చినసంగతి వెంకటసుబ్బయ్యకు తెలియంది
గాదు. అయినా అభ్యంతరము ఎప్పుడూలేదు. అబ్బాయి
ఇష్టం.

వెం. సుబ్బయ్య : ఏమోయ్ విష్ణూ! నాన్నగారు చెప్పింది విన్నావుగదూ
ఏమిటి నీ అభిప్రాయం?

విష్ణు : పెద్దవారు వారి యిష్టంగానిదేముందిసార్.

తండ్రి అంటే విష్ణుకు స్థలగౌరవమూ భక్తిని, ఆయన మాటకు
ఎదురాడలేదు. అంత అవసరం ఎన్నడూ కలుగలేదు. రామనాథంగా
రెప్పుడూ యే విషయంలోనైనా ఇంట్లో ఆడవాళ్ళతో సలహాబడటం, వారి
యిష్ట ప్రకారం నడచుకోవటం అలవాటులేదు. అట్లని భార్యల కహి
తంగా నున్న కార్యము చేయనూలేదు. అయితే వివాహ విషయంలో
ముఖ్యంగా స్త్రీలతో సంప్రదించి చేయ వలెననే అభిప్రాయ పడ్డాడు.
అయినప్పటికి తాను సరేనని మాటయిస్తే ఆక్షేపణ లేమీలేవని తెలుసు.
తన తరపున గాని భార్యల తరపునగాని వరస అయిన వారిలో విష్ణుకు
ఈడూ జోడుగా నుండే సంబంధాలు ఎక్కడాలేవు. అందుచే ఏనాటి
కైనా పరాయిసంబంధమే చేసికొవి తీరాలెనని ఇదివరలో ఇంట్లో అందరను
కొన్నదే. అయినా లోనికి వెళ్ళి అయిదు నిమిషాలలో వచ్చాడు.

రామ : ఏమోయ్, వెంకటసుబ్బయ్యా, ఈ సంబంధం భగవంతుడు
కూర్చినట్లే కన్పిస్తున్నది. కళ్యాణం వచ్చినా కక్కువచ్చినా ఆగదు.
ఈ సంవత్సరానికి వివాహం మానుకోవలెననుకొన్నా ఎదో చేదామని
పిస్తున్నది. ఇంకేమైనా మిగతా విషయాలుంటే మాట్లాడు కొందాం.
సాయంత్రం ఒక పర్యాయం శ్రమయనుకొనక వస్తే బాగుంటుంది.

పంతులుగారూ ! మిగతా విషయాలింకా యేమున్నాయి? ఇరు పక్షముల వారు నాకు స్నేహకోటిలో చేరినవారు ఎవరి విషయాలు నాకేమీ తెలియకుండా వుండలేదు. సందర్భాలన్నినే ఇదివరలోనే ఏర్పాటుచేశాను అన్నాడు వెంకటసుబ్బయ్య.

బాబుగారూ ! మాబావగారైనా లోపం చేశేవారుకారు. శక్తి కొలంది తమ అల్లునికిచ్చే విషయంలో వెనుకాడే పద్ధతిలేదు. నేను స్వాను భవం వల్ల చెప్పేవిషయం. వెంకటసుబ్బయ్యగారూ మేమూ మాట్లాడే వున్నాము. మీ దర్జాకు, మీకు, ఇదివరలో ఒకరిస్తామన్నదానికి ఏమీ లోపం చెయ్యం. అంత్యనిష్ఠూరం కంటే ఆది నిష్ఠూరం మేలు. ఆ రెండు విషయాలు ముఖాముఖిగా అనుకొంటే బాగుంటుంది. పెద్దవాణ్ణో చిన్నవాణ్ణో నేనే వెలువరిస్తాను. వెండిచెంబులు, వెండి విస్తరి, పట్టు బట్టలు ఇవి మామూలేగదా! వెండిపానకపు బిందెలు, ఆడబిడ్డ అత్తగార్లకు పెట్టిన్నూట పదహార్లు లాంఛనాలు, అబ్బాయికి ఆరువేలు కట్నం. ఐదురోజులు వివాహం. ... . తమరువచ్చి అమ్మాయిని చూచుకొని, తాంబూలాలు పుచ్చుకొని, లగ్నవిశ్చయం చేసుకోవడం తరువాయి .... ఇక సౌమ్ము విషయంలో నంటారా? అది మీ బోటివారితో ముందుగా ఖరారు ఏమిటి ? ఒకరిచేత మీరు చెప్పించుకొంటారా ? అంటూ సూర్యారావు పూర్వాపరములు సింహావలోకనం చేశాడు.

రామ : బాగా సెలవిచ్చారు .... జాతక చక్రం తెచ్చారా? చూచి విచారించుకోవడం మంచిది.

సూర్యా : తమరెలాగో అక్కడికివచ్చి లగ్న నిశ్చయం చేసకోవాలె గనుక ఇక్కడకు జాతకచక్రం పట్టుక రాలేదు. అబ్బాయి చక్రం తమరు పట్టుకరండి, రెండూ అక్కడే చూచుకోవచ్చు

నాల్గవ ఆగంతకుడు : చిత్తం. ఉభయులు మర్యాదస్థులు. మీకు ఒకరు చెప్పవలసి వస్తుందా ?

వెం. సు : పంతులుగారూ ! పదకొండు గంటలైంది. తమకి భోజనవేళ కూడా అతిక్రమించింది. సెలవిప్పించండి.

కాంతారావు, సూర్యారావులను వెంకటసుబ్బయ్యను, (నగచ్ఛ బ్రాహ్మణక్రియాగనకి,) వెంటవచ్చిన వెంకటసుబ్బయ్య పిల తండ్రినీ సెలవురినీ భోజనంచేసి వెళ్ళవలసిందిగా రామనాథంగారన్నారు. గతికితే అతడదనే ఉద్దేశ్యంతో వెంకటసుబ్బయ్య స్నేహితులను తమ యింటికే తీసికొని వెళ్తామన్నారు. గేటుదాకా వచ్చిన రామనాథంగారిని 'ఇక వెల వండి పంతులుగారూ! సెలవు నమస్కారం' అంటూ వెంకటసుబ్బయ్య ప్రభృతులు నిష్క్రమించారు.

3

ప్రకృతి వీధిలో సుఖము - దుఃఖము, ఉత్సాహము - నిరుత్సాహము, లాభము - నష్టము, స్నేహము - విరోధము, భాగ్యవంతము పేదరికము, న్యాయము - అన్యాయము, ఆశ - నిరాశ, ప్రేమ - ద్వేషము, జయము - అపజయము, జననము - మరణము వరుసగా కాపురం చేస్తుంటాయి. కాలచక్రంలో నివి సర్వసాధారణంగా ఒకదాని వెంట నొకటి పరిభ్రమిస్తుంటాయి, నేడు అనునది మరలరాదు. కాని యిట్టివి మాత్రం చూడగలం. ఈనాటి సుఖంగాని, కష్టంగాని పోక మానదు. మరల రాకమానదు. ఇట్టిదానిని బాగా అవగతం జేసుకొని అందలి రహస్యమును కనుగొనిన వాడు యీ బాహ్య ప్రపంచాన్ని అంటి పెట్టుకొని యుండనేరడు.

ఆయన ఉద్యోగధర్మంలో ఈ వూరు వచ్చాడు. పాపం ఘోర విపత్తు సంభవించింది. ఏం చేస్తాడు ? ఎవరు చేయదగినదేమున్నది. మనబోటివాళ్ళం ఎడంగా వుండి సానుభూతి చూపగలమేగాని గోటితో గిల్లి వేయగలమా ! ఆ పాడుగర్భం ఎందుకొచ్చిందోగాని వచ్చినప్పటి నుండి దుర్భరతతోనే బాధపడుతూవుంది. వెనుకటి కాలం వేరు, యీ కాలం వేరు. నవనాగరికతలు బలిసినతర్వాత కాలం మారినట్లు కన్పిస్తుంది. కాని కాలం మాత్రం అదే. మనుజుల ప్రకృతితోని భావాలు, చేష్టలు వేరు రూపం దాల్చినవి. వెనుకటి బలాలు ఇవుడులేవు. ఆ తిండి పుష్టిలేదు. అలా ఉండటమే నాజూకు అయింది. ఎంత తినలేకపోతే అంత చక్కదనం. తినగలిగిన వాణ్ణిచూస్తే యేవగింపు హేళన అయిపోయింది. తిండిపుష్టిగలవాళ్ళు చేయగలిగిన యీ తాటాకు బొమ్మలు పనిచేయగలవా ? వాళ్ళ ఆరోగ్యం ఆ జీవితకాలం అంతా వేరు ఈ ప్రసూతి జబ్బులే ఈ రోజుల్లో జాస్తి అయినాయి. అస్వస్థతలు ఎక్కువైన కొలదీ జాడ్యములు మితిమీరినై, సుఖప్రసూతి అన్నమాటే లేదాయె. చిన్నతనంలోనే యిటువంటివి రావటం, మోసపోవటం సంభవిస్తున్నది. ఎక్కడ పుట్టిందో, ఎక్కడ పెరిగిందో యీనాడీ బాపట్లలో ఉన్నది గాబోలు కళ్ళం. మేటాను మేటీలు డాక్టర్లు వొడుస్తూనేవున్నారు. కాని లాభంలేకపోయింది. డాక్టర్లు ఆయుర్దాయానికి కర్తలా ? అంటూ వాకిట చేరిన జనసమూహం తలకొక మాటగా భావిస్తున్నారు.

బాపట్లకు బదిలీ అయి 4 – 5 మాసాలే అయినా అందరికీ తలలో నాల్కలాగా మెదుల్తున్నాడు సిరికుమారదత్తు, అందరి సర్కిల్ ఇన్ స్పెక్టర్లవలెగాక అందరితోను పరిచయ, స్నేహం, ఇష్టాగోష్ఠులు జరుపుతుంటాడు దత్తు. భార్యా హ్హాల విగర్వశిరోమణి. అందునమూ

కాంతారావుగారి మేడ ప్రక్క భాగంలో ఉండటంవల్ల, కాంతారావు సిరి కుమారదత్తులు చాల అన్యోన్యంగా ఉంటున్నారు. దత్తు భార్య ప్రసవించి జబ్బుచేసి చాల సీరియస్‌గా వున్న యీ నాలుగైదు రోజుల నుండి దత్తు దిగులుపడి ఉన్నందువల్ల దత్తు, పిల్లలు కాంతారావుగారింట్లో నే భోజనాలు చేస్తున్నారు. పరాయి ప్రాంతానికి వచ్చినతరువాత భగవంతుడు ఎవరినో యొకరిని అండ చూపించకుండా వుంటాడామరి. మీదు మిక్కిలి దత్తు ఇతరుల లాంటివాడు కాదు. మంచివాడు, పెద్ద మనిషి.

దత్తు భార్యా ఇంతటి ఆపదలోవుంటే తనవాళ్ళెవరూ లేనికారణం చేత స్వస్థలమైన ధరంపురం టెలిగ్రాం యిచ్చాడు. భార్యాపైవువారికి నాగపూరుకూడా టెలిగ్రాంయిచ్చాడు. ఇంకా యింతవరకెవరూరాలేదు. కారణం ఊహించలేకుండా వున్నాడు. అయినా దూరాభారం బహుశా టెలిగ్రాం మరునాడు చేరివుంటుంది. వెంటనే బయలుదేరి వచ్చినా వాళ్ళు రాత్రికిగాని రారు. లేదా రేపు ఉదయానికి తప్పక వస్తారు. ఈ కాలంలో ఈ నాటికి ఆపదకు తమకు కాంతారావుగారు ఆప్త మిత్రులై నందుకు దత్తు సంతోషిస్తున్నాడు. తానేవిధంగా కృతజ్ఞుడనౌతానా అని గూడా ఆయన మనసులో అనుకొనేవాడు. ఇక తనకిభార్యా దక్కదని నిరాశచేసుకొన్నాడు. ఆఫీసు పనులు చూడటానికి తీరికలేకుండావున్నది సబ్ ఇన్‌స్పెక్టరు, కానిస్టేబిల్స్ కాలుగాలిన పిల్లుల వలె తిరుగుతూనే వున్నారు. ఇంట్లో పరిస్థితులకు తన డ్యూటీకి సరితూగదనే కారణంతో నిన్నటినుండి సెలవు ఒక మాసం రోజులకు పంపాడు. అంతా అయో మయంగాను, అంధకార బంధురంగాను, చింతావ్యాకులంగాను వున్నం దున ఏమీ తోచకుండా వున్నది.

కాంతారావు భార్య దత్తు భార్యకు ఉపచారం చేస్తున్నది. దత్తు వరండాలో వచ్చినిలబడ్డాడు. కాంతారావువచ్చి దత్తును ఓదారుస్తున్నాడు ధైర్యం తెచ్చుకోవలసిందని అంటున్నాడు .... పాపం!

మరొకరయితే యీ పాటికి రోగిని బయటికీడ్వమనేవారే. దత్తుగారికి తనకూ వుండే స్నేహంవల్ల కాంతారావు అంతకఠినోక్తులు పలకలేకపోయినాడు. "ఎంత స్నేహితులైనా బస్తీ అది. డబ్బు ముఖం చూచుకొంటారు. అద్దెకొంపల యజమానులు. వాళ్ళకు పాపభీతి లేదు. కొండంత ఆపదలోనున్నా ఇల్లు ఖాళీ చేయమంటారు". అని దత్తు అనుకొన్నాడు. ఆలోచించి కాంతారావుతో అన్నాడు. "నాకు మీరు ఆప్తబంధువులైనారు. ఇదివరకెన్నడూ ఇలాంటి యిబ్బందులకు లోనుగాలేదు. మీ యుదారమునకు నేనేమి కృతజ్ఞత చూపగలనో తెలియకుండావున్నది. ఏదైనా యిబ్బంది వచ్చేటట్లయితే మీరు నన్ను రక్షించాలి. మీ అద్దెకేమీ లోపంలేకుండా చేస్తాను. ఈ సమయంలో దత్తు" "అబ్బెబ్బే! ఎంత మాట! నా విషయంలో సందేహించకండి. మరేమీ ఫరవాలేదు. దిగులు పడకండి. అందరికీ భగవంతుడే రక్షకుడు". అను తాపవాక్యాలు వెల్లడించాడు.

౪

వివాహమై ఆరుమాసాలు విష్ణు, అకని బావ జానకీమూర్తి ఈ సంవత్సరం పరీక్షలయిన తర్వాత ఉత్తర హిందూస్థానం తిరిగి వచ్చారు. అలసిసొలసి వున్నందువల్ల ఎండలుమెండుగా వున్నందువల్ల బయటికి ఎక్కడికి వెళ్ళటానికి ఇడిసి ఇంట్లోనే కాలం గడుపుతున్నారు. ఈ సంవత్సరం గూడా టెన్నిస్ టోర్నమెంట్సుకు విష్ణు అప్లయి చేసివున్నందువ ఉదయం మాత్రం కాలేజీకి వెళ్ళి టెన్నిస్ ఆడక తప్పడంలేదు. పరీక్షల్లో

షూటికి నూరుపాళ్లు ప్యాసవుతాననే ధైర్యం వున్నందువల్ల ఏదైనా కోర్సుకు వెళ్దామనే ఆలోచనలో వున్నాడు. ఆదీ నాన్నగారి బలవంతమే రామనాథంగారు పెద్దవారైనారు. ఏదోనాటినుండి కష్టమో సుఖమో కాలం వెళ్ళబుచ్చారు. ఇకనైనా విశ్రాంతిగా ఇంట్లో కూర్చొని కృష్ణా, రామా అని పరార్థ చింతతో కాలక్షేపం చేయాలని ఆయన ఉబలాటం. ఈ లోగా విష్ణు B. L ప్యాసయివస్తే తనవద్దనున్న ఫైలంతా పగాయి వాళ్ళకు అప్పజెప్పకుండా చేయవచ్చునని ఆయన ఆశించాడు. కాని విష్ణు M. A. కూడా పూర్తిచేయాలని ఆతదనంతరం లా కోర్సుగాని మరేదైనా కోర్సుగాని పూర్తి చేయాలని యుత్సాహంతో వున్నాడు. రామనాథంగారి ప్రోత్సాహంవల్ల, ఆయనచెప్పి నచ్చజెప్పినందువల్ల ఈయేడే B. L.కు వెళ్ళవలసి వచ్చేటట్లున్నది. అయినప్పటికి రిజల్టు తెలిసిన తర్వాత చూచుకోవలసిన యేర్పాట్లు. ఈ విషయంలో కాంతారావుగారి సలహా ఎలా వుంటుందోనని జాబువ్రాశాడు. ఆయనందుకు తమరు పెద్దలనీ, అన్నీ తెలిసిన వారనీ, తమయిష్టమొచ్చినట్లు చేయవలసిందనీ అబ్బాయిని గూడా ఆలోచించి చేయటంమంచిదని గోడమీద పిల్లివాటంగా ప్రత్యుత్తర మిచ్చాడు. ఇందుకై చేయవలసిన ప్రయత్నంలో ముందుగానే జాగ్రత్త పడితే ఎందుకైనా మంచిదని రామనాథంగారు చెన్నపట్నంలోని స్నేహితులకు జాబులు వ్రాశాడు.

రామనాధంగారి అదృష్టరేఖలో మార్పుకలిగిందేమో నన్నట్లుగా వుంది. ఎన్నడూలేని విపరీత పరిస్థితులేర్పడటమే అందుకు కారణం. బిడ్డ వచ్చినవేళ గొడ్డు వచ్చినవేళా అన్నట్లు విష్ణు వివాహమైనప్పటి నుండి ఇంట్లో సందర్భములు కొంచెం తారుమారుగా వున్నాయి. రామనాధంగారి విషయాలన్నీ యెందువల్ల ఏర్పడ్డాయో అంతబాగా

యోచించలేక పోలేదు. కాని తానూహించినవి అవునో, కాదోనని బయట పెట్టలేదు. పరిస్థితులవగాహనము చేసికొంటూ చూచి చూడ నట్లుంటున్నాడు.

చిన్న భార్య శ్యామలాంబ కాపురానికి వచ్చింది మొదలు విష్ణు వివాహం వరకు ఒక అంకంగాను, వివాహానంతరమొక అంకంగాను వుంది. ఎన్నడూ సవతులు ఒక మాటనుకొని యెరుగరు. కాని ప్రస్తుత మట్లు లేదు. అనుదినము, అనుక్షణం ఏదో ఒకదానిమీద పెట్టి యెవరో వొకరు సాధించటం ప్రారంభించారు. రామనాథంకి కర్ణ కఠోరంగా వుంది. ఒకటి రెండు పర్యాయములిరువురిని మందలించాడు. కాని అంతగా ప్రయోజనం కల్పించలేదు. విష్ణుగూడా తల్లితో ఒక పర్యాయం ఏకాంతంగా మాట్లాడి అనవసరమైన రగడ చేయవద్దని, నాటినుంచి సఖ్యతతో గడపినట్లు ఇక ముందున్నా గడపవలసిందని ప్రాధేయ పడ్డాడు. తప్పుఅంతా వెంకటమ్మదేనని నిర్ధారణ జేసి చెప్పింది తల్లి. మగడు కొట్టినందుకు కాదు. కోడికోడలు నవ్వినందుకన్నట్లు అల్లుడు యింట్లోనే వున్నకారణంచేత ఈ తగాదాలు విని ఏమను కొంటాడోనని సిగ్గుబోతున్నారు. అయితే అనాటికానాడు పాతపడటంవల్ల ఇపుడు అల్లుణ్ణి గూడా లెక్కచేయకే తగాదాలాడుట సాగించారు. క్రొత్త వియ్యాలవారికి తెలిస్తే పరువుబోతుందేమోనని రామనాథం కాపురం గుట్టుగా నడుపుకొంటున్నాడు.

ఇందుకు కారణంగూడా యేమంత గొప్పదికాదు. చిన్నప్పటి నుండి దేవి అంటే వెంకటమ్మ ప్రాణం విడుస్తుంది. శ్యామలాంబ కన్నదే గాని దేవి పోషణంతా వెంకటమ్మదే. విష్ణు శ్యామలాంబ గర్భవాసుడు గను, దేవి వెంకటమ్మ పుత్రికగాను వంచరిస్తూ వచ్చారు. దేవి తన

నిజ జననిని పిన్నీ అనీ సవతి తల్లిని అమ్మా అని పిలిచేది. అదిలో ఈ విధంగా తయారుచేయడంవల్ల వెంకటమ్మ తనకు స్వాధీనురాలై యుంటుందనీ, ఆ మమకారంలో పడిపోతుందనీ శ్యామలాంబ భావించింది. ఇపుడది ఏకమైకై నది.

దేవిని తన కూతురుగా వెంకటమ్మ భావించుకొంటున్నందునసే ఆమె వివాహ సందర్భంలో పరాయివారిని విచారించటానికి వీల్లేదని తన ఇష్టమొచ్చినవారికి ఇచ్చుకొంటానని ఆ బాధ్యత తనమీదనే వదలవలసిందని పట్టుబట్టింది. ఆమెకు వ్యతిరేకంగా నడిస్తే పొరువులు పంతవిస్తా యనే హేతువుచేత ఆమె యిష్టానుసారంగా నడిచారు. ఆమె పుట్టింటివారు చాల బీదవారు. ఆమెకొక తమ్ముడున్నాడు. అతడే జానకిరావు. అతనికిచ్చి దేవిని పెండ్లిచేయాలని పట్టుబట్టినపుడు రామనాధం శ్యామలాంబలు కొంత విముఖత జూపారు. అపుడే వెంకటమ్మ కొంత గలభా జేసింది. కాని అది యెలాగో సర్దుబాటు చేసుకొన్నారు. అప్పటినుండి సవతులకు మనసు కలవటంలేదు. తన పంతమే నెగ్గినప్పటికీ వెంకటమ్మ సాధిస్తూనే వున్నది. ఆమె చాలా పట్టుదలగల మనిషి. వెంకెస్వభావం. అల్లుణ్ణి తీసికొచ్చి యింట్లో పెట్టుకోవడం గూడా శ్యామలాంబకు యిష్టంలేదు. వెంకటమ్మ పట్టుదలవల్లనే జానకిరావు గుంటూరు చదువు ప్రారంభించటం జరిగింది. ఇదంతా బయటికి పొక్కకుండా అంతర్నాటకం జరిగిపోయింది.

తన కూతురికి పెద్దసంబంధం, తమతో సమాన ఉజ్జీగా నుండే వియ్యం తెచ్చుకోలేక పోయినామని తన ముద్దుబిడ్డ గొంతుకోసి ఒక దరిద్రనారాయణునికిచ్చి ముడిపెట్టామని శ్యామలాంబ బహుగా విచారించేది. రామనాధం ఎటూ మాటాడలేక పోతున్నాడు. తనకీ అదృష్టమంతా కలిసి వచ్చింది చిన్నభార్యా వల్లనే. ఆమె లక్ష్మీస్వరూపమని తెలుసు – పెద్ద

భార్య గయ్యాళిగంప, ఎవరినీ ఎక్కిరానీదు. తానే పెత్తనం సహించాలని ఆమె కోర్కె. ఆయేటికాయేడు పైనబడినకొలదీ మూర్ఖత్వం గూడా పెరిగింది. అందువల్ల ఆమెను జూస్తే ప్రతివారికీ భయమే. వెంకటమ్మ సమ్మతిమీద పిల్లలు లేరనే కారణంతో శ్యామలాంబను తెచ్చి తానే వివాహం చేయించినందున ఆమెదే పైచేయి. ఆమెకు కోపకారణమైతే చిక్కులు సంభవిస్తాయనేయూహ శ్యామలాంబది.

ఇంతకాలంనుండి ఇరువురు భార్యలతో కాపురం చేయటంతోగల సాధకబాధకాలు రామనాథమున కర్థంగాలేదు. రెండేండ్లనుంచి మీదు మిక్కిలి ఐదారుమాసాల నుంచి బాగా అనుభవంలోకి వచ్చినవి. ఆయన కివి చాలా విసుగును కలిగించినవి. విరామం తీసికొందామనుకొన్న యీ దశలో యిలాంటి గృహకల్లోలాలు సంభవించడం తన దుష్కృత్యఫలిత మనుకొన్నాడు. ఒక్కొక్కప్పుడు తనకు మరణం సంభవిస్తే ఈ విషమ పరిస్థితులను దాటగలిగియుండెడి వాడననుకొనేవాడు. ఈ ముంద పెద్ద భార్య పోయినాగూడా యీ చిక్కులు తీరిపోయేవే. సుఖంగా కాలం వెళ్ళ బుచ్చిన పంతులుగారికి మనో వ్యాకులమేర్పడి అడకత్తెరలోని పోకచెక్క లాగా నలుగుడుబడుతున్నాడు.

అడిగి చూచాను. మళ్ళా అదే సమాధానం.

బెదరించు.

బెదిరించడమేమిటి ? చాల కఠినంగా మాట్లాడాను. అలాచేస్తేనే గాని వీలుగాదన్నాను.

....

ఆయనా మొండిపట్టుగా మాట్లాడారు.

అయితే ఇక నేనువెళ్తాను.

ఆలాకాదు. ఈ విషయంలో యేదో తేలిపోవాలి. నేనికమీదట ఆయనమ ఆడగ డంచలేదు. మనచేతనైన ప్రయత్నం చేసికోవలసిందే.

ప్రయోజనంలేదు. ఆంకా వాళ్ళమాకే కనీసం ఓసాతిక వేలయినా యివ్వమనక పోయినావా?

పాతికవేలేమిటి? మొదట చెరిపగంగా పంచమన్నాను. తరువాతి కనీసధర్మంగా ఇరవైపేల రూఖమూ మీదతో పగము పంచి యివ్వ మన్నాను.

అందుకేమన్నాడు?

ఏమనేదేమున్నది? వల్ల కాదు. వల్ల కాదు. మరో సమా ధానంలేదు.

కాదో గాబ్బోసనయినా యిస్తానంటాడా లేదా?

ఏదో తనకు బుద్ధిపుడితే తనకిష్టమైతే తన తదనంతరం మాటట. ఆదిస్నీ తవను నిర్బంధ పెట్టవలసిన ఆవసరం లేదట. ఆ మంచిచెడ్డ, ఆ బాధ్యత తనకు తెలుసునట.

. . . .

పైగా .... ఏకేం చెఱుకాపు గొడ్డుమొతవి. కడుపు నుఖం నీకేం తెల్సు? ఇక ఎవ్వరూలేకపోయినారు గనుక వా ఆద పిల్లకు ప్రాసి యివ్వటం, గర్భవాసమందు పుట్టిన కుమారుడు నాకు లేడా ఆన్నారు.

బొఱ! యిలా ఆన్నాడతే, ఓరి పినివిగొట్టు ముండాకొడకా! గస్తి ఘాగ దాగునోని ఇగ దాదఱగఱగాన.

అదిగాదే అమ్మా! ఆ వ్రాసియిచ్చేదైనా తనకూతురిపేర వ్రాసి యిస్తాడ్డగాని మన జానకిపేర పెట్టడట.

నీ దగ్గర తెలివి వుంటే యింతదాకా వచ్చేదటే ఆ పాడుముండ సంబంధం ఎందుకు తెచ్చిపేస్తావే అంటే విన్నావా? పిల్ల బిలేతపోళ్ళ మ్మాతం నీవు సుఖపడే దారివిడకటూ? నీ మాట యిపుడేమైనా సాగు తున్నదీ? చేసుకొన్నవాళ్ళకు చేసుకొన్నంత మహదేవ. అనుభవించు.

అమ్మా! నేనేంజేసేదే. (ఏడుస్తూ) వాకు భగవంతుడు చావు పెట్టరాదూ? అవతలికి దాటిపోతునే యీ రొంపిలో దిగకుండా .... నా మాత్రం సాగనివ్వటంలేదు. నాకెంత కష్టంగా వుంటో నీకేం తెలుసు నా కచ్చె యెట్లా తీరుతుందోగాని?

ఓసే వెంకటాం! నా కడుపునబుట్టినవాళ్ళల్లో మీరిద్దరూ వివిధి వున్నారు భూమిమీద .... నీవేమో యింత వున్నదానవుకదా వాడు కోటు అవుతుందా నీ తమ్ముడికి లోటవుతుందా అని యుబలాటపడ్డాను. తుదకీవిధంగా జేశావు.

నేను శక్తికొద్దీ ప్రయత్నించాను. నచ్చింకాయేం చేయమంటావు నీవు కోరిన విధంగా ఆ పిల్లను దగ్గరకు తీసి వందుకు ఎట్లాగయితేనేం వాడి కిప్పించి ముడిపెట్టాంగదా.

నేనూ అట్లాగే అనుకొన్నా. వాడికాపిల్లనిస్తే వాళ్ళకు బాధ్యత యేర్పడుతుందని, తద్వారా యేదైనా దారి చూపించక పోతారా అని అనుకొన్నా. అనుకొన్నందుకు వాళ్ళపిల్ల సుఖపడుతుందనుకోక యీ రీతి మోటువరసం జేస్తున్నారు.

కూతురుసుఖపడుతుందనీ తెలుసూ .... అన్నీ తెలుసు.! అయితే ఆ విషయాన్ని గూర్చి. ఆస్తి వ్రాసియిచ్చే సందర్భంలో తననేమీ అడగ వద్దంటారు.

ఆయన పెద్దవాడైనాడు. ఏనాడు హరీ అంటాడో యెవరికెరుక? ఆయన అవతలికి దాటితే మన మొగం జూచేవాళ్ళెవరే. దీపముండగానే చక్కబెట్టుకోవాలిగాని.

ఇంట్లో వెండిసామాను నీకిస్తాను. రహస్యంగా దాటవేస్తావా?

ఓసి వెర్రి వెంకమ్మా! వెండి సామాను మహా ఖరీదు చేస్తే రెండు మూడు వేలయ్యేను. దీంతో మనకేం కడుపునిండుతుంది?

అయినా మనవానికివి అడుగుదాం వాడేమంటాడో?

ఏమిటి వాడనేది ? డబ్బు వస్తుంటే కాదంటాడా యేమిటి ? వాడివి అసలు అడగవద్దు. వాడితో చెప్పామంటే అసలు రంగం చెడుతుంది.

ఇంకా నీ వెన్నాళ్ళని యిక్కడుంటావ్. నీ వొచ్చిన యీ వారం పదిరోజులనుంచి ఆ శ్యామాం మరీ రొపరొప లాడుతున్నది. బొత్తిగా మనవీధ గిట్టటంలేదు. నిన్ను జూస్తే అసలే సరిపడదు. దాని మొహాన మొద్దులు బెట్ట.

నాకోవుపాయం తోస్తున్నదే. అట్లాగనక చేస్తిమా వీళ్ళరోగం ఒక్కన కుదురుతుంది.

ఏమిటది ?

ఏదోచెప్తాగా, దానిసమయం రావాలె. బాగా కిలెలెగి వాత పెట్టాలె.

ఏమిటో చెప్పవమ్మా.

ఉంటు, ఉందు.

రేపు మనణావకిచేత అడిగించి ఏదైనా కొంత ఆస్తి తనకు వ్రాసి యిస్తేసరి. లేకపోతే రెండో వివాహం చేసుకొంటావని అనిపిద్దాం. అట్లాకాని వీళ్ళు లొంగరు.

ఈసంగతి వాడితో చెప్పవద్దంటే వా డి చే త అడిగిస్తావంటావేం. వాడిటువంటి దావికసలు పమ్మతింపడు.

దేవిచేతనే అడిగిస్తాను.

వీళ్ళెవరివల్లా కాదు. అది నీ వల్లనే కావలె.

నావల్లనయ్యేటట్లు లేదు. నయానా భయానా చూచాను.

నేను దానికుపాయం చెప్తాను చేయి.

ఎందుకు చేయనూ ? వా త మ్ము డి క ం టే యీ పెధవలంతా యెక్కువా యేమిటినాకు ?

ఇందుకు మనం లింగన్నను కొంతకట్టుకోవాలె.

నామాట వాడు జవదాటడే.

ఎందుకు వెనకపోతాడూ, నాకుతెలియదూ ఆ పంగతి. వాడు మన వూరువాడైనందుకు అమాత్రం సహాయం చెయ్యకపోతాడా ?

అయితే యేంచెయ్యమంటావో చెప్పనే చెప్పవేం ?

ఎవరో తలుపు తట్టినట్లున్నారు చూడు....మనమనుకొనే సంగతు తెవరైనా వింటున్నారో యేమో, గోడకు చెవులుంటాయి. బాగా చూచి వచ్చావూ !

వెంకటమ్మ, తల్లి రహస్య సంభాషణకు బాగా వీలుచిక్కారేటి. ఇంటిలో ఎవరూలేని సమయం బాగా అనుకూలించింది. తల్లి పట్టుదల్టి తన కుమారునకు రామనాథంగారివల్ల కొంత ఆస్తి వ్రాయించే యేర్పాటు చేయాలని తీవ్రప్రయత్నము చేస్తున్నది. కొనసాగేటట్లు కన్పించటంలేదు. వెంకటమ్మ అడిగినపుడు రామనాథం గారేమీ సందివ్వటంలేదు. ఇప్పుడే వ్రాసి యిచ్చేయటమోయనకు వ్యతిరేకం. వెంకటమ్మ ఇష్టప్రకారం తమ్ము డైన జానకిరావుకు దేవినిచ్చినప్పుడే శ్యామలాంబ వల్లకాదన్నది. దైవి తంగా యిట్లున్నది. అతను బీదవాడైనందున కొంత ముట్టజెప్పవలెవనే వున్నది. అది అవిశ్చయం. ఇపుడాలోచించవలసిన సమయంకాదనే రామనాథంగారి తాత్పర్యం. కాని యిందును గూర్చి వెంకటమ్మ తల్లి వారం పదిరోజులక్రితం వచ్చి వెంకటమ్మను వత్తిడి చేస్తున్నది.

ఆరోజు పార్కులో రామనాథంగారి అధ్యక్షతను పబ్లిక్ మీటింగు వుండటంచేత సాయంత్రం 4 గంటలకే వెళ్ళారు. విష్ణువర్ధనరావు, జానకి రావు టెన్నిస్‌కు వెళ్ళి అటునుంచి పార్కుకువెళ్లి మీటింగు పూర్తి కాగానే తండ్రితో కలిసివద్దామని వుండిపోయానారు. శ్యామలాంబ బయటజేరినందు వల్ల వాకటి గదిలో వున్నది. దేవి స్నేహితురాలొచ్చి నిష్టూరపెట్టినందు వల్ల వాళ్ళయింటికి వెళ్లింది. వంటమనిషి జబ్బుగా నున్నందున 4 రోజులమంది సెలవు పుచ్చుకొన్నది. అందుచేత యింట్లో వెంకటమ్మ తల్లి మాత్రమున్నారు.

జానకిరావు హృదయం చాలమంచిది. తనకేకట్టి విషయం తెలిస్తే ఓర్చదు. తల్లీ అక్కా యిట్టి ఆలోచనలు జేస్తున్నారనే గ్రహించలేదు. అయితే రామనాథంగారు తనకుకొంత యివ్వకపోరనే విశ్వాసమున్నది. ఇది ఆయన దయాధర్మముగనుక ఆయనతో మంచిగా వుండి విశ్వాస

పాత్రుడై అభిమానము చూరగొనవలెననే సంకల్పం జానకిరావుది. ఒకటి రెండు సందర్భాలలో జానకిరావుతో తల్లి ప్రస్తావవశాత్తు యీ ప్రసంగం చేసివున్నందున తల్లి మనసులో యిట్టి యాలోచన వున్నట్లు తెలుసు. ఈ తగాదాలందువల్లనే కలిగాయని తనమూలంగా ఒక అంతర్నాటకం జరుగుతున్నదని అతనికి తెలియదు.

వెంకటమ్మ విచారపెట్టి, బలవంతం చేస్తున్నందున ఈ విషయంలో అత్త యెక్కువ ప్రోద్బలం చేస్తున్నదని జానకిరావుకు గూడా యీ విషయం తెలియక వుండదని వాళ్ళంతా ఒకటే అభిప్రాయంతో నున్నారని రామనాథంగారూహించటంలో తప్పు లేదు. ఈ కారణం చేతనే అల్లుడంటే ఒక విధంగా ఏవగింపు శ్యామలాంబ కిప్పుడిప్పుడు కలిగింది.

ఇలాంటి విషయాలతో దేవి, విష్ణులు ఎక్కువగా జోక్యం కల్పించుకోలేరు.

ఓ

మేష్టారూ ! యీ కృతి వచ్చినట్లేకదండీ ?

అవునమ్మా !

అయితే యిది కాగానే "ఏలనీదయరాదూ" చెప్తామంటిరే. ఈవాళ ప్రారంభించరూ!

ప్రారంభిద్దాం. నీవు చెప్పుకొన్న కృతి కొంచెమనుమానంగా వుంది. అది రేపటికి బాగా గట్టిచేయి లేప్రొత్తది చెప్తాను.

సరే మీ యిష్టం.

తొందరగా రాకపోతే తర్వాత మరచిపోవటమో, తప్పు బడటమో సంభవిస్తుంది.

మేష్టారూ! నిన్న ఒక కీర్తన వాయించావండీ. మీరుగూడా వింటే బాగుంటుంది. అందులో తప్పొప్పులు చెప్పండి.

ఏం కీర్తన ?

పరగువరారా అండీ.

ఎక్కడిది ?

ఏదో పాతకీర్తన ఒకటి ఆధారంతో నేనే ఒక చిన్న కీర్తన వ్రాశానండీ.

అలాగా కుమారీ! ఏదీ వాయించుతల్లీ!

....

నీవేవ్రాశావా ? లేక .... మీ వారేమైనా వ్రాసిచ్చారా ?

ఏమిటండీ అట్లా అంటారు?

ఆ! ఏదీ కానివ్వమ్మా ?

కన్యాకుమారికి పాఠం చెప్పటమంటే మేష్టరుగారికి సరదా కుమారీ అని ఎంతో ఆప్యాయంతో పిలుస్తాడు. ఆయన పాఠాలు ప్రారంభించి మూడో సంవత్సరం. డబ్బు ప్రధానంగా పెంచుకోక కుమారికి విద్య గఱపటం కూడా ఒక లక్ష్యం. ఇందుకు కుమారి సత్ప్రవర్తన, శ్రావ్య గాత్రం, చురుకుదనం ప్రధానకారణాలు. ఆ అమ్మాయికి పాఠం చెప్తుంటేనే ఆయన కొత్త విధమైన తన్మయత్వం కలుగుతుంది. ఆ పిడేలువాయిద్యంలో ఆ శృతి పక్వంలో లీనమై పోతాడు. ఎంతమందికో ఆయన జీవితంలో పాఠాలు చెప్పాడు. తానెంతో చక్కగా వాయించ

గలడు. పేర్వడసిన విద్వాంసుల కచేరీలనేకం విని వున్నాడు. కాని కుమారి వాయిద్యంలో చెప్పలేని ఆనందం కలిగేది. తేనెలొలికే ఆ కంఠ మెంతపని జేస్తుంది! ఆ గాత్రంలోవుండే ఒదుగు, ఆ నొక్కులు ఆ కమ్మదనం ఎంతటి వాళ్ళకో యే గంధర్వాంశా సంభూతులకోనని ఆయన నమ్మకం.

కుమారికి పాఠం చెప్పటానికి కాకపోయినా, ఆమెపాట వినిపోవ టానికి వస్తుంటాడు. నేడుమరీ శుభసూచనగా వున్నది. కుమారి స్వయంగా కీర్తన వ్రాసిందట. మేష్టరుగారికెంత పరవశత్వం. తనవద్ద చదువుకొనే శిష్యురాలు స్వీయరచనా గీతికనాలాపిస్తుందంటే తనకింక కావలసిందే ముంది? ఉపాధ్యాయు డింతకంటె పేరెట్లు ధన్యుడౌతాడు. తన శిష్యు రాలు తనతో సమానమై, తనకంటే మిన్న అగుటకంటె ఈ ప్రపంచంలో ఆ వృత్తికి అంతకంటె పరమార్థమేదీ?

ఆమె పేరుకు కన్యాకుమారి అయినా కుమారీ అనే అందరు పిలు స్తుంటారు. కుమారి చాల తెలివితేటలు గలది. ఇపుడు తరుణ వయస్కు రాలు. ఆమెకట్టిన నీలం సిల్కుపాపడా క్రొత్త అందాన్ని జేస్తున్నది. గులాబిరంగు పమిటె ఆ దబ్బపండులాంటి శరీరచ్ఛాయను మరుగుపరు స్తున్నది. నిగనిగలాడుతూ అచ్చటచ్చట బంగారుమొగ్గలు తొడిగిన కారు నలుపు చీనాసిల్కు జాకెట్టు. ఆ సుందరి ముఖానికి తామర రేకులవంటి విశాల నేత్రములు నూతన శోభను విరజిమ్ముతున్నాయి. కర్ణాగ్రముల నూగులాడే నవరత్నముల లోలకులు చంపపై ప్రతిఫలిస్తున్నాయి. నొస్స నపుడెల్ల తీర్చిదిద్దిన పల్వరుసమీద నీలిచేఱుగు అరగట్టిన రీతిగా పాపట కాంతి స్ఫురిస్తున్నది. ఫాలభాగము మీద తిలకము వెదుటవారి దృష్టిని ఆకట్టుతున్నది. వేణీమూలమున నలంకరింపబడిన గులాబిపూల సుగం

ధమును తీసికొని పోవుటకు గాబోలు యమునకు బోలనావేణి నేలబడుచి యున్న రత్న కంబళముపై జానెడు దవ్వు వఱకు సాగి అగ్రమున నున్న నేమి వియాకల రంగుల జడముడి కంబళిపై చిత్రింపబడియున్న బర్హిచెంత జేరి కులుకుతున్నది. తన ఒన్కు స్థానమునకు జేరితిననెటి స్వాతిశయమున గాబో... చేతులనున్న బంగరు గాజులు రంగులో రంగు కలియుటచే కన్పించుట లేదుగాని మధ్య మధ్య నుయ్యాలలూగు గాజు రింగుల తాకిడికి ప్మదుస్లను లీను తున్నాయి.

కుమారి మృదు హస్తముల ఫిడేలు నెత్తినది. ఎడమ భుజముల నుండి కుడికాలి పడమ పైకి జేర్చినది. శృతి లయింపజేసినది. ఆలాపన జేసినది. కీర్తన మీటుతున్నది. అంత్ర గాత్రముల విమలగాంధర్వ విద్య మేళవించినది. ఆ కీర్తనలోని పదములేమో, అందలి భావమేమో తెలియుట లేదుకాని ఆ గాన లహరిని బుడకలు వేస్తూ నిమీలిత నేత్రుడై చిత్తరువు భంగి ఆసీనుడై యున్నాడు. పంతులుగారు కను కొలకులనుండి చెమ్మయురులు చున్నది. పరివాహన బడుటచేత గాబోలు చొక్కా అంతా తడిసింది. కుమారి కీర్తన పూర్తిఅయింది. కొలది యెగుడు దిగుడుగా నున్న శృతిని లయము జేస్తున్నది. పంతుల వారు కనులు విప్పారు. ఇంకా చెవుల్లో గింగురు మను శబ్దం ప్రతిధ్వనిస్తూనే వుంది. జేబునున్న చేతిగుడ్డలాగి ముఖం తుడుచుకొన్నాడు.

ఒక్క నిట్టూర్పు విడిచాడు.

అంతకు ముందే లోనికేగిన సూర్యారావు గదిలో యాజీ చైర్‌లో పడుకొని కుమారి సంగీత విద్యాపాటవాన్ని శ్రోత్రపర్వము చేసుకొంటున్న విష్ణువర్ధనరావు ఇరువురు కలిసి గుబాలున హాల్లోకి వచ్చారు. కుమారి

లజ్జచే చివాలున లేచి విలబడ్డది. మేనమామ సూర్యారావు "కుమారీ, వింటున్నారులే గదిలో కూర్చోని, బొత్తిగా భయంలేకుండా పిడేలు మీటుతున్నావ్! అమ్మపిల్లా!" అన్నాడు. వదుసగదుటుండి. కుమారి మాటుమాటలేకుండా ఇంట్లోకి చిరుపరుగు తీసింది. మేనమామమీద కుమారి తల్లితో ఫిర్యాదు చేయుటకా యేం?

ఏడాదిలోగా అల్లుణ్ణి తీసికొని వచ్చాడు కాంతారావు. మూడు విదళ్లు కాగానే వెళ్తానన్నాడు విష్ణు. కాని అత్తమామలు బలవంతంజేసి యీ వారం రోజులు వుంచారు. విష్ణు వెళ్తాననటంలో వేరే అభిప్రాయం లేదుగాని తాను టోర్నమెంట్సుకు అప్లయిచేసి వున్నందువ తెన్నీసు ప్రాక్టీసు పోతుందేమోనవి శంక. అందువల్ల సూర్యారావు రోజూ తన వెంట టౌన్‌హాలుకు తీసికొని వెళ్తున్నాడు. అయినప్పటికి ఇక వెళ్ళవలెననే అభిప్రాయంతో ప్రయాణ సన్నాహాలు చేస్తున్నాడు.

విష్ణుని జూస్తే అత్తమామలకెంతో గౌరవం. సాధారణంగా అల్లుని యెదుటకు వచ్చి మాట్లాడేదేగాదు ప్రసూనాంబ. కాంతారావు గారికి వున్నది యీ ఒక్కకుమార్తె మాత్రమే. మరొక ఆడపిల్లకూడా కలిగింది. గాని వెంటనే పోయింది. ఆ తల్లి దండ్రుల ప్రాణాలన్నీ కామారి మీదనే వున్నాయి. క్రిందనడిస్తే అరిగిపోవునేమోనవి భయం. కుమారి యెంతో సుకుమారంగా పెరిగింది. చిన్నప్పటినుండి విద్యావ్యాసంగమెక్కువ. ఇపుడామె చక్కగా సంగీత కచేరి చేయగల సమర్థత యేర్పడిందనే చెప్పవచ్చు. ఈ యేడు ఫోర్తుఫారం చదువుతున్నది. ఈడు వచ్చిన పిల్లగనుక స్కూలు చదువు ఆపుచేయించవలెనవి కాంతారావుగారి అభిప్రాయం. స్కూలుఫైనల్ వరకు చెప్పించాలవి తల్లి అభిమతం.

౭

ఆరోజొక పర్వదినం - ఎచచూటచినా ఇసుక జల్లిన రాలకుండా కాలేజి స్టూడెంట్సున్నారు. ప్రతివాళ్ళచేతిలో న్యూ స్ పే ప రే. పేపరున్న వాడిచుట్టూ పదిమంది మూగి వున్నారు. ఈ సంవత్సరం గుంటూరు కాలేజీల రిజల్ట్సు చాలాబాగున్నవి. అందరి హృదయాలు సంతోష పూరితంగా నున్నాయి. ప్యాసయిన వాళ్ళను టీ పార్టీ చేయాలనీ, గ్రంధాలయాలకు విరాళాలివ్వాలనీ, రేపు వేయబోయే నాటకానికి ఖర్చు భరించాలనీ, యీ పేళ సినిమా టిక్కెట్లు నీ వం త నీ చుట్టూ వుండే స్నేహితులంతా పీడిస్తున్నారు. కొంతమంది ఆ పేడిమీదనే హోటల్లోకి లాక్కెళ్తున్నారు. పరేరేపు చూదాంలేరా అని కొందరు, ఈ బాధ పడలేక మొహం దప్పించేవాళ్ళు మరికొందరున్నా. తప్పిన వాళ్ళు తెల్ల ముఖాలు వేసుకొని వంచిన తలలెత్తకుండా ఎవరికి కనబడకుండా సందు గొందుల బడి కొంపలకు చేరుతున్నారు. ప్యాసయిన వాళ్ళు టీ పార్టీలకు పిల్చినా రావటమేలేదు. కొందరు బీదవిద్యార్థులు అనేక శ్రమలకోర్చి, బోలెడు డబ్బు ధారపోసి చదివినందుకు ఫలితము శూన్యముకాగా హృదయాలు కృంగిపోయి అనేక ఆలోచనలు పోతున్నారు ... ... తమ కాలేజీలనుండి టోర్నమెంట్సుకు వెళ్లిన విద్యార్థులిద్దరు ప్యా స యి నా రాలేదా? అని చూడసాగారు నెగ్గారు.

ఇది యిలా వుండగానే ఒక కుఱ్ఱవాడు టెలిగ్రాం కాగితం చేత బుచ్చుకొని సైకిల్‌మీద వచ్చి అందరికి కాగితం చూపిస్తున్నాడు. అది విష్ణు యిచ్చాడు. తమ జట్టు టోర్నమెంట్సులో గెలిచామనీ సాయంత్రం బండిలో దిగుతున్నామని వున్నది. ఇక చెప్పవలసిన దేమున్నది? విద్యార్థులకోలాహల ధ్వనులకు మేరలేకుండా వుంది. అనేకమంది అనేక

అభిప్రాయాలిచ్చారు. తుదకొక నిశ్చయానికి వచ్చారు. సాయంత్రం స్టేషన్ దగ్గరకు వెళ్ళి విజయమొందిన విష్ణుకు ప్రత్యుత్థానం జేసి ప్రొసెషన్‌తో తీసికొని రావాలనుకొన్నారు. అదికాగానే టీ యివ్వాలనుకొన్నారు. ఈ పద్ధతి రిజల్ట్సు తెలిసినందుకు కూడా కలిసివచ్చి ద్వివిధంగా వుపయోగించేటట్లున్నది. సరే అంటే సరే అనుకొన్నారు. వెంటనే .... ఒకరు బ్యాండు మేళానికి, ఒకరు పూలదండలకు ఆర్డరివ్వడానికి, మిగతా విద్యార్థి బృందానికి తెలియజేసేందుకు కొందరు, టీపార్టీ అరేంజిమెంట్సు చూచేందుకు ఇలా అందరూ నలు దిక్కులా బయలు దేరారు కారు మాట్లాడి వుంచాలను కున్నారు రామనాథంగారి కారు వున్నది. వృధాగా డబ్బు పెట్టట మెందుకు ఆయన కాదంటారా అనుకొన్నారు. ఇంతలో ఒక స్నేహితుడు అడ్డుతగిలి విష్ణును గౌరవించటానికి వాళ్ళకారు పట్టుకెళ్లడమేమిటి ? నాకారు యిస్తానన్నాడు. అందరూ చప్పట్లు చరిచారు. టి పార్టీకి కాలేజి లెక్చరర్లను, ప్రిన్సిపాల్‌ను ఆహ్వానించాలనీ టీపార్టీ తదనంతరం పబ్లిక్ మీటింగు ఏర్పాటు చేయాలని, అందుకు ప్రెసైడ్ చేయటానికి ప్రిన్సిపాల్ అయితేనే చాల బాగుంటుందని నిర్ణయించుకొన్నారు. ఇందుకై స్టూడెంట్సు అసోషియేషను సెక్రెటరీ స్వయంగా ప్రిన్సిపాల్ వద్దకు బయలు దేరాడు. ఆయనగారు ఒప్పుకోగానే నేను కబురంపుతాను వెంటనే ప్రెస్సుకువెళ్ళి ఆహ్వాన పత్రాలు అచ్చువేయించే ప్రయత్నం చేయమని ఒకరిద్దరికి సూచించాడు.

విద్యార్థులు తలచుకొంటే చేయలేనిదేది ? వారి ఉత్సాహం, కార్యదీక్ష, అన్యోన్యము, ప్రేమ, విశ్వాసములు మరొక సంఘంలో వుంటాయా ? తోటి విద్యార్థి విష్ణుకిసన్మానం కరపటమే ప్రబల నిదర్శనం.

రామనాథంగారికీ విషయం తెలియగానే ఆయన ఆనందాబ్ధికి చెలియలి కట్టలు లేకపోయినాయి. అంతకంటె తండ్రికి కావలసిందేమున్నది? కుమారుడు B.A. ప్యాసయినాడు తాను ముందు వేసికొన్న ప్లానుకు చక్కని రహదారి యేర్పడింది టోర్నమెంట్సులా విజయం సాధించాడు. విద్యార్థి లోకం గౌరవిస్తున్నది ఇంట్లో చెప్పాడు. శ్యామలాంబకు యెక్కడేని సంతోషం వీరమాతవలె పొంగిపోయింది దేవి రైలుదగ్గరకే వెళ్ళి అన్నను కలుసుకొని పూలదండవేసి నుదుట కుంకుమ దిద్దుతానని అన్నది. వెంకటమ్మ కెందుకో మనసు కలచివైచినట్లుంది. రామనాథం గారితో "ఆఁ! వాడెందుకు ప్యాసుగాడూ! మన మనుకుంటున్నదే గదా" అని మాత్రమన్నది. "అయ్యా! మా బాబయ్యగారు పరీచ్చలో నెగ్గారంట. నాకేం బవుమానం దయచేస్తారో!" అన్నాడు తోటమాలి లింగన్న కొండంత ఆశతో—

రాత్రి పదకొండు గంటలైంది. మీటింగు అయి వచ్చేటప్పటికి చాలా ప్రొద్దుపోయింది అనేక విషయాలు, ఆషామాషి కబుర్లు చెప్పు కొంటూ విష్ణు, జానకిరావు, రామనాథంగార్లు భోజనాలు చేశారు. ఎవరి గదులకు వారు వెళ్ళి పరుంటున్నారు. రామనాథంగారు భోజనం చెయ్యగానే తమ గదికి వెళ్ళారు. జానకిరావు మేడమీదికి వెళ్తున్నాడు. విష్ణు మేడ మెట్ల వద్దకు వచ్చారు ఇంతలో పాల సంగతి జ్ఞప్తికి వచ్చింది మరల ఎవరు పైకి తీసికొనివస్తారా అనుకొని తానే తీసికొని వెళ్దామనుకొన్నాడు. ప్రతిరోజూ పరుండబోవునపుడు పాలు పుచ్చుకొని పరుండుట విష్ణుకు చిన్న తనం నుంచి అలవాటు. ఇచటనే త్రాగి వెళ్దామనుకొన్నాడు. కాని ఇప్పుడే భోజనంచేసి వెంటనే పాలు పుచ్చుకొనుట మంచిదిగాదు. పైకి పట్టుకెళ్ళి ఒక అరగంట సేపాగి పుచ్చుకో వలసిందిగా తల్లి శ్యామలాంబ అన్నది. అందు

వల్ల పైకి తీసికొని పోదామనే అనుకొని సవతి తల్లిని అడిగాడు. అది వరకే కాచి వుంచిన పాలగ్లాసు అలమారులో నుంచి తీసి విష్ణు కందించింది వెంకటమ్మ. విష్ణు మేడమీదికి వెళ్ళాడు జానకి రావతని గదిలో పండి వుండటం గమనించాడు బావా! అన్నాడు. పలకనందువల్ల నిద్ర పట్టినట్లూహించాడు. తన గదిలోకి వెళ్ళి పాలగ్లాసు టేబిల్ మీద పెట్టి తలుపు గడియ బిగించాడు

ఇల్లంతా సద్దుకొని వెంకటమ్మ శ్యామలాంబలు కూడా పరున్నారు. వెంకటమ్మకు నిద్రపట్టలేదు. అటుఇటు పొర్లుతున్నది. మనసు పరిపరి విధాల పరువులెత్తుతున్నది ఏ వ్యాకులము లేని వాళ్ళకు గాఢనిద్ర పట్టుతుందిగాని అనేక మానసికాందోళన ననుభవించే వారికి నిద్రాదేవి దూరంగా తొలగుతుంది ఆమెకేదో భయము, దడ. తొందర కలుగుతుంది. తానేదో మహా ఘోరం జరిపినట్లెంచుతున్నది నేనిట్లుచేయదగునా? ఇందువలన నాకు కలిగె ఫలితమేమిటి? చిన్ననాటి నుంచి ఎంతో ప్రేమతో నున్న నేనునేడిట్లు దుష్కార్యము జరుప ఏలసాహసించాను? అమ్మా! నీవైనా వద్ద వుండి ధైర్యం చెప్పలేక పోతివిగదే! ఒంటదాననైనానే. హంతకురాలైనాను. నేనే ఆ పని చేసికొనలేక పోతినే ఈ ప్రపంచానికి దూరమైయుండేదానునే. నిజంగా నేను గొడ్డుమోతుదాన్నే. కడుపు సుఖం నాకు తెలియదు. ఛీ! పాడుజన్మ కల్పనా! నేనిప్పుడే పోయి జరిగిన సంగతి అంతా చెప్పి క్షమాపణ వేడుకొంటాను ఇకనైనా చెప్తాను. అని వెంకటమ్మ లేచి తలుపు దగ్గరకుపోయి గడియ తీసింది. కొంతసేపాగింది. ఏదో దీర్ఘంగా ఆలోచించింది "కాదు ఇంతశాస్తి జరిగి తీరవలసిందే. లేదా వీళ్ళులొంగేవాళ్ళు కాదు నా తల్లి యాజ్ఞను మీరిన దాన్నవు తాను ఎవడో ఒక పరాయి వెధవతో నా కేల జాలి? నేను. నా తల్లి, నా తమ్ముడు హాయిగా సుఖించవచ్చు. దేవి సుఖపడుతుంది. నాకింతకంటే

వచ్చింది లేదు ఈ సంసారాన్ని వృద్ధిలోకి తెచ్చింది నేను. నామాట వినక, నే జెప్పినట్లు వేయక, పెడదారి త్రొక్కినపుడు ఇంతకంటే నేను నేనేం చేయాలి ? తప్పక యీ శిక్ష విధించవలసిందే. ఇంతమాత్రంచేత నన్ను అవమానించరు నేను వీరికి పట్టుపడతానా ? ఏమో ఎట్లా జరిగిందో యెవరికెరుక ? అనుకొని అని తన మనస్సు దిట్టపరచుకొని మరల గడియ బిగించి శయ్య పద్దకు చేరింది వెంకటమ్మ. పరున్నది. క్రోధోద్రేకము వల్ల కొంత మనశ్శాంతి కలిగినట్లున్నది. అంతా నిశ్శబ్దముగా వుంది ఇంతకుముందు నుండి ఆమె సరిగా గమనించుట లేదుగాని గోడగడియారం స్పష్టంగా కొట్టిన మూడు దెబ్బలు ఇపుడు చెవిన బడ్డాయి. నిద్రపట్టలేదుగాని కండ్లు రెండూ గట్టిగా మూసుకొన్నది.

ఇరుగు పొరుగు అమ్మలక్క లిద్దరు ముగ్గురు వచ్చి వెళ్ళారు. పరాయివాళ్ళు వచ్చిన కొలదీ కుమారికి బహుసిగ్గుగా వున్నది. ఎందుకో దుఃఖము పొర్లుకొస్తున్నది. ఆపుకోలేకపోయింది. ఎందుకమ్మా అలా ఏడుస్తున్నావ్ నీ బంగారం యేం యెత్తికెళ్ళారు" అని అందరూ అంటున్నారు. తల్లి ప్రసునాంబ ఓదారుస్తున్నది.

"ఓసి పిచ్చితల్లి వూరుకోవే !

" . .. . .

"అలా యేడిస్తే యెవ్వరైనా నవ్వుతారమ్మా !

" .. .. .

"అంనరివంటి దానవు కావుటే నీవు ? ఎవరెగతాళి చేసేదినిన్ను ? ఏవరంజారో నాతో చెప్పు నాలుగు చివాట్లు పెడతాను.

సాయంత్రం పదిమ్మంది ము త్తైదువులు పేరంటానికి వచ్చినపుడు, కూడా యిట్లాగే వుండేవ్ !

"నాకేమిటో సి౯ గా వున్నదే !

"సిగ్గుగా వుంటే యేడుస్తారా తల్లీ ! అత్తయ్యకు కబురు చేశాను. వస్తుందిలే."

కాంతారావుగారు బజారుకెళ్ళి రాగానే యీ విషయం చెప్పింది. ఇంతలోనే సూర్యారావు దంపతులు వచ్చారు. తప్పక శుభలేఖ వ్రాసి బ్రాహ్మణ్ణి గుంటూరు పంపవలసిందే అన కొన్నారు. అమ్మాయి రజస్వ లయితే అత్తవారికి తెలుపవలసిన విధిగదా ,

బ్రాహ్మణ్ణి పంపే యేర్పాట్లు చేస్తున్నారు. ఈ శుభలేఖ వ్రాయ కూర్చోగానే ఎవరో తుమ్మినట్లున్నది. కాంతారావుకసలే • నుమాం దానికి తోడు అయనకు ఎడమ కన్ను అదురుతున్నది. ఏమిటా యిది అని విస్తుపోతున్నాడు. మనస్సులో ఆందోళనగా వుంది కన మాడటం లేదు సూర్యారావు తుమ్ము వినలేదు. వినినా శకునములు లెక్కజేసేవాడు కాదు. "కానీ బావా ! తుమ్ము లేదూ ! దగ్గు లేదూ నీకె ప్పుడూ అనుమానాలు. "అని తన మామూలు ధోరణిలో అన్నాడు ఇంతలోనే వాకిట్లోకి కారువచ్చి ఆగింది. డ్రైవరు ముందు దిగాడు తామెరిగినవాడే లోనుండి మరొకవ్యక్తి దిగాడు. "ఓహో ! వెంకట సుబ్బయ్యా ! అనుకోకుండా వచ్చావు కుమారి రజస్వల అయింది. శుభలేఖ ప్రయత్నం చేస్తున్నాం ఇంతలో తుమ్మేరు నీ రాకకై కాబోలు అన్నాడు. కాంతారావు. ఈ వర్తమానం వినేటప్పటికి వెంకటసుబ్బయ్య నిలువునా నీరై పోయాడు కూలబడ్డాడు అందరికీ ఆశ్చర్యం వేసింది. ఆయన నోట మాట రావటం లేదు. కొంచెం సేద దీర్చుకొన్నాడు. అందరిని వెంటనే

ఆఖరు చూపులకై గుంటూరు బయల్దేరమన్నాడు పాపం బాబుగారు పెద్దవారైనారు. పండు పండి రాలిపోసిద్ధంగా వుంది. బ్రతికినంతకాలం యింత పేరు ప్రఖ్యాతి సంపాదించారు. వారికింకా కావలసిందేమున్నది ? అన్నాడు సూర్యారావు. కాదు నాయనా కాదు మనవిష్ణువర్ధనుడు ! హఠాన్మరణం అంటూ విలపించాడు వెంకటసుబ్బయ్య అందరూ ఒక్కసారి గొల్లుమన్నారు. బజారు జనమంతా మూగారు. కాంతారావు స్పృహతప్పి పోయాడు ప్రసూనాంబ కుమార్తెను కౌగలించుకొని చేసే రోదన చెప్పనలవి కాకుండా వుంది సూర్యారావు విశ్రాంతి జెంది కన్నీటిధారావాహినిని తుండుగుడ్డతో తుడుచుకుంటూ, "వెంకట సుబ్బయ్యగారూ ! ఇంత ఘోర వార్త వింటామని కలలోనైనా అనుకోలేదు. ఇపుడు మా బావగారి ప్రాణాలు నిలుస్తాయో లేవో చెప్పలేకుండా వున్నాను. ఆయన పంచ ప్రాణాలు ఆ ఒక్క కూతురి మీద పెట్టుకొని వున్నాడు. బాబూ ! ఎలా జరిగింది ? ఏం జబ్బు చేసింది ? అని సూర్యారావు అడిగాడు,

నిన్న ఉదయం రిజల్ట్సు వచ్చినవి. విష్ణు B. A. ప్యాసయినాడు కదా ! అందరమూ సంతోషించాము. ఇప్పటికి ఐదు రోజుల క్రితం బయలుదేరి విశాఖపట్నం టోర్నమెంట్సుకు విష్ణు వెళ్ళాడు. నిన్న ఉదయం అతని వద్ద నుండి గెలిచాం మధ్యాహ్నం బండికి వస్తున్నానని టెలిగ్రాం వచ్చింది. కాలేజి కుర్రవాళ్ళంతా ఈ శుభవార్తవిని ప్రోసెషన్, టీ పార్టీ, ఫోటో, ఫేర్వెల్ అడ్రస్ మీటింగు వగైరా పెట్టుకొన్నారు. కాలేజి ప్రిన్సిపాల్ ప్రసైడ్ చేశాడు, రామనాథం గారు, విష్ణు. జానకిరావు రాత్రి ప్రొద్దుపోయి వచ్చారు. అంతవరకు నేనూ కలిసే వున్నాను. భోజనాలు చేసి సుమారు 11 గం॥లకు అంతా పడుకొన్నారట. తెల్లవారింది. 8 గంట లైంది, విష్ణుగది మాత్రం తెరువబడలేదు. చాల ప్రయాణ బడలికతో

న్నాడు. నిద్రలేపుట మంచిదిగాదని వూరుకొన్నారు. ఇట్లే 10, 11, 12 గంటలైంది. రామనాథం గారు భోజనం చేశారు. ఇంకా లేవకపోవుటేమిటా అని స్వయంగా మేడమీదికి వెళ్ళారు. ఎన్నో పిలుపులు పిలిచారు. ఏమీ జవాబులేదు. లోపల గడియ వేసివుంది. అప్పుడు నా కొఱకు వర్తమానం పంపారు. నేను వెళ్లాను. నేను వెళ్ళి తలుపు తట్టి పిలిచాను. పలుకలేదు. పరిస్థితి కొంత ఆందోళన కలిగించింది. లోపల వరండాలోనికి కిటికీ లేని కారణంచేత లోపల ఎట్లున్నదో తెలుసుకోజాలక పోయినాం. వెలుపల వైపు గల కిటికీల చెంతకు వెళ్ళి చూడటానికి మేడగదివెంట విశేష ఖాళీ స్థలం లేనందున మేము ధైర్యం చేయలేక పోయినాం. అపుడెవరైనా కార్పెంటరును పిలిపించి తలుపులు బద్దలుకొట్టాలని నిశ్చయించుకొని నేనే వడ్రంగికై వెళ్ళి పిలుచుకొచ్చాను. తలుపులు బ్రద్దలు కొట్టి తీశాడు. చూతుముగదా ! ఏమున్నది ? గది అంతయు అల్లకల్లోలముగా వుంది. గడియారం బ్రద్దలై పడివుంది పుస్తకములన్నీ చింపిచిందర వందర చేయబడి వున్నై. గుడ్డలన్నీ చింపి అక్కడక్కడ నములిన ఆనవాళ్లు కన్పిస్తున్నై. విష్ణు క్రింద పడిపోయి వున్నాడు. బోరగిలపడి వున్నాడు. శవము మా గుండెలు బ్రద్ధలైనై. రామనాథం గారు మేడమీది నుండి క్రిందికి దూక ప్రయత్నించారు. కాని మేము కనిపెట్టుకొని వున్నాం. ఆయనకు మతి భ్రమణము కలిగింది. అన్న పిచ్చిమాటలు, వెర్రి మాటలు, ఒక గదిలో పెట్టి ఆయన్ను బయటికి రాకుండా చేశాను. ఇక్కడ ఏ పరిస్థితిలో వున్నదో అక్కడా అట్లాగే వున్నది మీకీవిషయం తెలిపి, బాధ్యత గల మిమ్ములను తీసికొని వెళ్ళటం సమంజసమని నేనే బయలు

దేరి వచ్చాను. జరిగినదేమో జరిగింది. బ్రతికి వున్నవారు చచ్చిన వారితో చావరుకదా ! ఇక ముందు జరుగవలసిన పని చూడవలసి వుంది.

"వెంకట సుబ్బయ్యగారూ ! ఇతకూ ఎందువల్ల మరణం సంభవించినట్లూహిస్తున్నారు ?

అనేకమంది అనేక రీతుల అనుమానపడుతున్నారు. ఆతనికేదైనా మతి భ్రమణ కలిగి, హృదయ దౌర్బల్య మేర్పడి యిట్లు జరుగవచ్చు. ఆత్మహత్య చేసికొనవచ్చు ఇతరులు హత్య చేసినట్లు అనవాళ్ళు ఏ మాత్రం కన్పించటం లేదు. సాయంత్రం జరిగిన టీ పార్టీలో సరిపడని వాళ్ళు ఆతనికి లేనేలేరు అయినా ఓర్చలేనివాళ్ళు - ఏదైనా ద్రోహం చేశారేమోనని అనుమానం కారణాలనేం వూహింపబడుతున్నై. నిజము నిలకడమీదగాని తెలియదు. అందువల్ల కలిగే ఫలితం శూన్యం .... మనం ఆలోచిస్తూ కూర్చొన్నందువల్ల ప్రయోజనం లేదు. మనము వెళ్ళే వఱకు అక్కడి పనులు చక్కబెట్టేవారు లేరు. కాంతారావింత వరకున్నూ తెప్పరిల్లలేదు. ముందు వారికి శైత్యోపచారం చూడండి. అధైర్యపడి చేసేదేమీ లేదు,

ఏం చేయటానికి సూర్యరావుకు తోచటం లేదు. ఇల్లంతా జనం నిండిపోయినారు. అందరూ సానుభూతి వాక్యాలు పలుకుతున్నారు. మాటల వలన ఓదార్చగలవారే కాని ఇతరులు చేయదగిన దేమున్నది ? కుమారీ ప్రసూనాంబలు ఏడ్చిఏడ్చి నారంది సొమ్మసిల్లారు. వీరందరి ప్రాణాలు ముందు తేరుకొనేటట్లు చేయాలి. వెంకట సుబ్బయ్య సూర్యారావు నిందుకు పూనుకొన్నారు. అందరూ దయచేసి వెళ్ళండి బాబూ ! కొంచెం వారికి గాలి రానీండి; కాస్త నిశ్శబ్దంగా వుండనీయండి అని అందరిని పంపి

వేస్తున్నారు. ఇంతలో కాంతారావు కూడా కొంచెం మనస్సును స్వాధీనం చేసుకోగలుగు తున్నాడు.

తరువాత సూర్యారావు దీర్ఘంగా ఆలోచించాడు. జరిగిన సంఘట నను గురించి వెంకటసుబ్బయ్యతో రహస్యంగా చర్చించాడు ఇటీవల కుమారిని సంవత్సరం లోపుగా గుంటూరు అత్తవారింటికి తీసికొని వెళ్ళారు. 5-6 రోజు లక్కడ వుంది వచ్చింది. ఆ రోజులలో అక్కడ జరిగిన గృహ కల్లోలాలు. అత్తగార్లిద్దరికీ సరిపాటు లేని విషయమున్నా, కుమారి యింటికి వచ్చి పూస గ్రుచ్చినట్లు చెప్పింది. పరిస్థితులు చక్కగా లేనందుకు చాల విచారించారు, అయితే వెంకటమ్మ మారు అత్తగారు కనుక కుమారిపై ప్రేమ లేకపోవటం సహజమే ననుకొన్నారు స్వంత అత్తగారు ఎక్కువ వాత్సల్యం చూపినందుకు సంతసించారు. అందువల్ల యీ వెర్రి వెంకటమ్మ వలన మనకు కలిగే లాభమూలేదు, నష్టమూలేదు, ఆమె జోలి మనకెందుకనుకొని మనసు కుదుర్చుకొన్నారు వియ్యాలవారు వెంకటసుబ్బయ్యగారు చెప్పిన మాటలవల్ల వెంకటమ్మ వల్ల ప్రమాదం సంభవించి వుండొచ్చుననే విశ్వసించారు. రామనాధంగారెంత రహ స్యంగా వుంచినప్పటికి; జానకి రావుకు వ్రాసియిచ్చే ఆస్తి విషయంలో కాంతారావు కూడా కర్ణాకర్ణిగా వినే వున్నాడు. వెంకట సుబ్బయ్యకుకూడా యీ విషయం లోగడనే తెలుసు. రామనాధం గారికి విష్ణు ఒక్కగానొక్క కుమారుడు గనుక అతన్నీ విధంగా మట్టుబెట్టినట్లయితే ఆస్తినంతా జానకి రావే అనుభవించవచ్చు ననే సంకల్పంతో వెంకటమ్మ యిట్టి ఘోరకృత్య మునకు తలపెట్టి యుంటుందని ధృవపరచుకొన్నారు. అప్పుడపుడు

వెంకటమ్మ తల్లి వచ్చి వెళ్ళటం కూడా ఇందుకు బాగా దారితీస్తుంది· అను కొన్నారు.

సూర్యా :- వెంకటమ్మ తల్లి మందుపెట్టి భర్తను చంపినట్లు విన్నాం. నిజ మేనంటి వెంకట లుబ్బయ్యగారూ !

వెం సు:- ఏమో ! పాపం పుణ్యం భగవంతుడి కెరుక. అలాగ్గే జరిగిందని వదంతి ఒకప్పుడు రామనాధం గారుకూడా అల్లే అనుమా నిస్తున్నట్లన్నా అత్తగారు వట్టి పాపిష్టిముండ అనీ, ఎంతటి సాహసానికైనా వెనుదీయదని చెప్పారు·

కాం. రా:- బాబూ ! ఇంకెందుకు ! అయితే ఇది తప్పక వాళ్ళ వల్ల జరిగిందే.

వెం. సు:- శ్యామలాంబగారీ వుదయం నాకో వర్తమానం జెప్పారు. విష్ణుకు రాత్రిళ్ళు పడుకోబోయే ముందు పాలుపుచ్చుకొనే అలవాటనీ, గత రాత్రి వెంకటమ్మ స్వయంగా పాలుతీసికొని వెళ్ళి యిచ్చిందని, మామూలుగా తాను తీసికొనిపోయేదానని చెప్పింది ఇందువల్ల ఆ పాలలో ఏదైనా .... కలిపి ఉంటుందని మేమందర మూహిస్తున్నాం.

సూ. రావు :- ఇంకా యేం ! జరిగిన విధానమే అది ...... అయినా, మనం గుంటూరు వెళ్ళి పరిస్థితులు అవగాహన చేసుకొన్న పిదవ నిర్ధారణ చేదాం.

కాం. రా :- ఈ స్వల్ప విషయమునకై యింత ఘోరము జరిపి వుండకపోతే ఇట్టి దురాలోచనతో వున్నట్లు నాకు తెలిసినట్లయితే నా పాతిక

వేల రూపాయల ఆస్తిని ఆ జానకిరావుకు వ్రాసియిచ్చేవాణ్ణే అన్యాయంగా నా బిడ్డ ఉసురు పోసుకొన్నారు.

ప్రసూనాంబ :- ఇంతకింత ఫలితం అనుభవించక పోరు. ఎవరు త్రవ్వు కొన్న గోతిలో వారే పడతారు. ఆ జగద్రక్షకుడే న్యాయాన్యాయములను విచారిస్తాడు. అయ్యయ్యో! ఎంత విపరీతం జరిగింది. కలలోనైనా ఊహించలేదే. ఇక నా బిడ్డగతి యేమిటి?

ఆ బిడ్డను గురించి ఆ దంపతులు పడే ఆవేదన మాన్ప ఎవరి తరమౌతుంది? వెంకటసుబ్బయ్య, సూర్యారావుల ప్రయత్నంతో అంతా గుంటూరు బయలుదేరారు.

కారు శరవేగంతో పోతున్నది. గుంటూరు సమీపించిన కొలదీ హృదయం బరువెక్కి పోతున్నది కాంతారావుకు, ఆ దృశ్యాన్ని ఏ విధంగా చూడగలుగుదునా అని కుళ్ళి పోతున్నాడు.

——

9

పెళ్ళినాటి సంతోషమున్నూ, చావునాటి దుఃఖమున్నూ దీర్ఘకాల ముండదు. చచ్చిన వారి వెంట చావాలనుకున్న వారుకూడా కాలం గడచిన కొలదీ భౌతిక ప్రపంచం పై పుకు దృష్టిని మళ్ళించక తప్పదు. ఇట్టి మానవునిలో లేకపోతే ప్రపంచ ధర్మం కుంటుపడుతుంది. కుమారికి భర్త విషయం ఏదో సమయం వచ్చినపుడు ప్రస్తావన వచ్చినపుడు తప్ప యితర విషయాందోళనలో పడిపోయి అన్యవేళల్లో అంతమ స్ఫురణకు రావటమే లేదు. భూతకాల చరిత్రంతా ఒక కలవలె వుంది. ఈ చెడు కాల మాసన్నమైనప్పటినుండి చదువు సంధ్యలు మానింది. సంగీతం చెప్పించుకొనటమే లేదు. బుద్ధి పుట్టినపుడు మాత్రం ఫిడేలు వాయిస్తాం టుంది. అప్పుడపుడు కొన్ని కొన్ని విషయాలు జ్ఞాపక మొస్తుంటవి. తన జీవితాన్ని తలచుకొంటే మాత్రం శరీరం గగుర్పొడ్చేది. అంతులేని దుఃఖం పొర్లుకొస్తుంది ఇతరులు చూచి ఏమనుకొంటారోనని గ్రుడ్లు నీళ్ళ గ్రుడ్లు క్రుక్కుకొనేది.

కుమారి వదునెనిమిదేడుల ప్రౌఢ ఆమె గౌరవ కుటుంబములోని బిడ్డ. దుష్టతలంపులకు తావులేదు. కాని మనసు పరి పరి విధాల పరువులెత్తుతూ పుంటుంది. అరికట్టవలెననే ఆశయము తనతోటివాళ్ళను చూసినపుడు - వాళ్ళ భర్తలతోటి కాపురం చేస్తుండడం బిడ్డల నెత్తుకొని ముద్దాడడం, కిలకిలలాడుతూ కళకళలాడుతూ తిరుగుతుండటం చూస్తే తనకు చక్కలిగింతలు పెట్టుతు వున్నట్లు భావించేది. తనకట్టి యోగ్యత లేకపోయెనే, తానట్టిదోము నోచుకొనక పోతినేయని బాధపడేది. నలువు

రిలో వుంచే కొంత పరిసిపోతూ వుండేది. ఒంటరిగా నున్నపుడు తన అభాగ్య జీవితాన్ని గూర్చి తలపోసేది. ఇట్లెందుకుండవలసి వచ్చెనా అని విచారించేది. ఇతర మతాలలోను, ఇతర సంఘాలలోను ఇట్టి దురాచారం లేదు. హిందూ సంఘంలో ఇది యొక కట్టుబాటు. దీనివలన కొన్ని ప్రయోజనాలున్నవి. అంతకంటే మిక్కిలిగా కష్టాలు కల్పిస్తున్నవి స్త్రీ యోగ్యురాలై చెడుతలంపులకు తావీయకుంటే మేతే బుద్ధిని స్వాధీనం చేసుకోలేకపోతే సంఘంలో అవినీతిపాలుగావలసివస్తుంది పరపురుషులతో వ్యాసాంగాలను లోకం మెచ్చదు ఘోరపతకాన్నొడిగట్టుకోవటమే ఇంత కంటె మార్గాంతరం లేదా ? పురుషుడు భార్యావియోగియై ఊరకుంటు న్నాడా ? భార్యా సజీవయైయున్నా రెండో పెండ్లి జేసుకుంటున్నాడే. ఆ పత్నీకుడు రెండుగాదు – మూడు – నాలుగు వివాహాలైనా ఆట్టానికి వెనుదీయటంలేదే అరవయ్యో పడిలో పడినా, పండ్లూడిపోయినా, తన సుఖాన్నాకాంక్షించి. తనకు భోజన వసతి కల్పించేవారు లేరనో, కాలు చేయి పడిననాడు ఉపచారం చేసేవాళ్ళు లేరనో పెండ్లాట్టం లేదా ? సంఘం సంతోషిస్తూ అంగీకరిస్తున్నదే పురుషులవంటి వాళ్ళు కారా స్త్రీలు ? వారి జన్మ వంటిదికాదా వీరిది ? పురుషులకున్న నాల్గవస్థలు స్త్రీలకు లేవా ? ఇది హిందూ సంఘంలోనే పాతుకుపోయింది. ఉందువల్లనే హిందూ సంఘాన్ని జూచి అన్యులు హేళన జేస్తుంటారు. హిందూ సంఘానికి ద్రేడు మార్కేమిటంటే "విధవ" అంటారు పురాణ కాలంలో స్త్రీలు భర్త పోయినపుడు మరొకరిని చేబట్టుట విన్నాంగదా ! తారపంచ మహాపతి వ్రతలతో చేరింది వాలిమృత్యువాతబడగానే సుగ్రీవుని చెంత జేరింది గదా ! ఏ స్త్రీ యైనను కామించి ఒక భర్తను గ్రహించినపుడు ఆతనివినా

అన్యుని కోరుకొనకుండా వుండటమే, ఒక పురుషుని నమ్ముకొనటమే పతివ్రతా ధర్మం ఇది నీతిబాహ్యం కాదు. ఇట్టా ఆచరించే పరమతముల నరకమున కూలుచున్నావా ? తలపై బోడైన తమాత్రాన తలపుల బోడిపొతాయా ? అందునను భర్త ముఖమెరుగని, సంసార సౌఖ్య మనుభవించని, పురుషునిచెంత జేరని నావంటి నిర్భాగ్య జీవిత మీరీతిగా అడవిని గాచిన వెన్నెల రీతిగా అణగారిపోవాల్సిందేనా ? ఏ యీడు ముదిరిన వారికో బిడ్డల తల్లులకో, గృహిణులైనవారికో యిట్టి కఠిన నిర్బంధములు చెల్లుతవిగాని, చెల్లించుకోవచ్చుగాని నావంటి స్త్రీల విషయం లోనా ? సంఘమిందుకు సమ్మతించాలి వృద్ధులు, సనాతనులు దయ దాల్చాలి. ఇందుకై ఆధునాతనులగు యువకులు ముందుకురికి తమతోటి వయస్కులగు యువతులను గంగపాలు చేయక తాము చేబట్టాలి ఈ సంస్కరణకు ముఖ్యంగా స్త్రీలే నడుం కట్టాలి. తమ బిడ్డల సుఖసౌఖ్యముల నాకాంక్షించు తల్లులు ప్రథమంలో మనసు కుదుట పరచుకొని తండ్రులకు నాటజెప్ప సాహసింపరాదా ? ప్రపంచంలో ఇట్టి అభాగినులు విలపిస్తున్నారో భర్తృ వియోగంతో కృంగి కృశిస్తున్న స్త్రీకి కేశఖండనమట ఎంత విప రీతాచారము ! సనాతనమట ! కేశఖండనం జేసి విరూపిని జేసివేయటమా సనాతనం ! అట్టి విరూపులు చేసిన వంటకాలుగాని ఆచారాలుగావా ? తల వెంట్రుకలున్నంత మాత్రాన ఆచార పరులగొంతుక పట్టుకొంటుంది కాబోలు. అనాదయైన స్త్రీని పరసంచరించకుండా చేయటమే దీని ముఖోద్దే శము. కేశమున్న స్త్రీ జారిణి అని, కేశవిహీనురాలు పతివ్రత అని చెప్పసాహింతురా ? ఇది మనో నిశ్చలతను బట్టి వుంటుందిగాని, పురులొనర్చే నీచకృత్యం వల్ల నీతివంతురాలగుటకల్ల ఇట్లే సహగమనము

విషయంలో సనాతనులన్నారు రాజశాసనం అమల్లోకి వచ్చి పరిపాటి అయిపోయింది కేశఖండనం జేసి విరూపులుగా జేసేదానికంటే అంగ వైకల్యం జేస్తే పరులాశింపరేమో. ఓ పవిత్ర హిందూ సంఘమా ! నీ లోని స్వల్పలోపములను సవరించుకొని కాలానుగుణ్యంగా దయార్ద్ర హృదయాన్ని కన్పరచవా ? .. ఈ విషయాన్ని నేను తల్లిదండ్రులకేమని చెప్పేది ? నాకు నేనై యీ ప్రయత్నమెట్లా చేసుకొనేది ? ఎవ్వరితోను చెప్పక ఏ యువకుణ్ణి చెట్టబట్టిన నేమ నీతి బాహ్యులు కావలసిందే కదా నలుగురు దూషిస్తారు. ఇంతకంటే ఈ లౌకిక శరీరాన్ని వదిలివేస్తే నిశ్చింత .. ... ఆత్మహత్య ఘోరపాతకం. ఇదివరకే అల్లుడు పోయి నాడనే మహా దుఃఖ సముద్రంలో ఈదులాడుతున్న తల్లిదండ్రులకు తీరని శోకము తెచ్చి పెట్టిన దానవౌతాను వారి ప్రాణరక్షణ భారం గూడా ఇపుడు నేనే బాధ్యత వహించవలసి వస్తుంది. ఇందుకే గాబోలు నన్ను ఒంటరిగా వదలటం లేదు." అవి అనేక ఆలోచనల్లో మునిగి తేలిన కుమారి తల యెత్తి చూచింది, తలగడంతా తడిసింది. అంతచేటుగ కన్నీరు గారిన విషయం ఆమెకు దుర్గ్రాహ్యం ఆశ్చర్యచకిత అయింది ఏమారేదిట్టి ప్రమాదాన బడ్డాను. నా తలంపులన్నీ నోటబిగ్గరగా అనలేదుగదా ! ఎవరైన వింటే యేమనకొంటారు ? అవి లజ్జాస్పదాలు. ఏమీతోచటంలేదు. ఏమేమో తలపులు భావప్రపంచంలో చిందులాడుతున్నాయి అన్య విషయాసక్తగావాల్ననుకొని మనసు మళ్ళింపదలచింది. ప్రక్కనే బల్లమీద వున్న ఫిడేలు పెట్టె తెరిచింది. ఫిడేలందుకొని కమానుసవరించి శృతి మేళవించి తీగలపై లాగుతున్నది ఏమి వాయించటానికి బుద్ధి పోవటం లేదు. ఏ రాగము ఏ కృతి స్ఫురించటమే లేదు. కండ్లు దాబా అడుగున

పరువబడిన చేసు కమ్మలను లెక్కిస్తున్నవి. హృదయ మన్యథాయత్త మైంది. . అనాడు మేష్టరుగారి వద్ద పాఠం జెప్పించుకొనేటపుడు తననో౯ పంట కృష్ణ. మేనమామ సూర్యాలాపు కలసి షికారుకువెళ్ళేటపుడు మేనమామ౯ ఛలోక్తులు చెవులలో ప్రతిధ్వనిస్తున్నాయి. కనులనిండా గ్రమ్మిన ఆ నీటి తెరపై విష్ణువర్మనునితో కూడిన అనేక సుందర దృశ్యా లొకటి వెంట నొకటి దాటుతున్నవి. గోడకు ఒరగిల పడ్డది, చేతిలో పిదే లున్న సంగతే మరచింది కుమారి

తల్లి ప్రసూనాంబకు గూడ ఈ తలంపు లేకపోలేదు. చిట్టితల్లి కుమారి వైదవ్య భారం ఆమెను కృషింప జేస్తున్నది. యౌవన సంభరిత యైన కుమార్తె యింకబడియున్న సంగతి ఆమె మరువగలదా ? పెద్ద వాళ్ళయిన తాము సంసార సౌఖ్యమనుభవిస్తూ కూతుదురదృష్టను గ్రహించని తల్లి వుంటుందా లోకంలో కూతురు అల్లుడూ, మనుమలూ-మనుమ రాళ్ళూ అని చెప్పుకొనే యోగ్యతే లేకపోయింది. కుమారి యెంతో బుద్ధి మంతురాలు, సత్ప్రవర్తన గలది గనక సరిపోయెగాని లేకున్న మరి యేమున్నది ? ఎంతమంది పుట్టింటికి అపఖ్యాతి తెచ్చినవారు లేరు ? ఏ తప్పిదం బిడ్డవల్ల జరిగినా ఆ కీర్త్యపకీర్తులు తల్లిదండ్రుల వనియామెకు తెలుసు. కుమార్తె వ్యవహారం శృతిమించి రాగాన బడితే ప్రమాద మౌతుందని ఆమె భావించింది. కాని ఆమె యేమిచేయగలదు ? ఏ సాహ సాని కొడిగట్టగలదు ? ఏ పురుషునైనా తెచ్చి బిడ్డకు రహస్య సాంగత్య మలవరుస్తుందా ? ఏ యువకుడికైనా యిచ్చి వివాహం జేస్తుందా ? లేక బిడ్డ యౌవనాగ్నిని చల్లార్పగలుగుతుందా ? పసిపిల్లకు మాటలు జెప్పి

మరపింప జేసినట్లు చిత్తము మరపింపగలదా? కుమారి కంటె ఇప మిక్కిలిగానే ప్రసూనాంబ ఆలమటిస్తున్నది.

వంట పూర్తైంది కాంతారావుగారా నాడూళ్ళో లేరు. కుమారికి అన్నం బెట్టి తాను భోజనం చేయాలని కుమారిని పిలిచింది ఎవ్వారూ పలక లేదు. గది వద్దకు వెళ్ళింది. తలుపులు బిగించి ఉన్నవి తలుపు చెక్కల సందుల్లోనుంచి చూచింది. కుమారి గోడకు చేరగిలబడివుంది. ఫిడేలును ఒకచేత ఎగుడుదిగుడుగా పట్టుకొని వున్నది కండ్లవెంట జలజల నీళ్ళు కారుతున్నవి. ముఖమంతా వాచి యెర్రబారింది. పెదవుల మధ్య వెలువడే అవ్యక్తాలాపాలు బాగా అవగతం గావటం లేదు ఈ తీరుగున్న బిడ్డను చూడగానే తల్లి సహించలేకపోయింది. దుఃఖము పొంగిపోయింది. తమ కుటుంబానికి వాటిల్లిన దురవస్థ ఎప్పటికి తొలగునా అనుకొన్నది ఎన్నడూ విచారమనే దెరుగని తమ కీ సంకటములు తెచ్చిపెట్టిన భగవంతునకు కరుణ లేదేమో అనుకొన్నది. "ఎన్నడూ ఎట్టి అపచారములు ఏ దేవుడికీ చేయలేదే ఎందుకిట్టి ఇక్కట్లు పూర్వ జన్మలో ఏ పుణ్య కుటుంబానికో తీరని యెడబాటు గలిగించి ఈ జన్మ కిట్లా అనుభవిస్తున్నాం. ఓ వెంకటేశ్వర స్వామీ! దయామయుడా! నీవు కలియుగంలో నోరుగల దేవుడవే గనక అయితే మమ్మల్ని దుఃఖ వారాధి నుండి దాటవేయి తండ్రీ!" అని గజేంద్రుడు విష్ణుమూర్తి మొరబెట్టుకొన్న రీతిగా చేతులు జోడించి ఆ భగవంతునికి హృదయాన్నప్పగించి ఒక నిష్కల్మషమైన ప్రార్థన జేసింది ప్రసూనాంబ కండ్లు తెరచి మరల తలుపు సందుల్లో చూచింది. కుమారి ముఖముపై చిందరవందరలాడుతూన్న ఆ ముంగురులను

10

"నాకూ తెలుసు"

"తెలిసి చేసిన పని ?

ఏమీలేదు.

"ఏం ప్రయోజనం ?

"ఏం జేస్తాం మరి ?

"ఏదో ఒక ఉపాయం ఆలోచించాలి.

"నాకేమీ తోచలేదు గనుకనే వూరుకొన్నాను.

"ఇక వుపేక్షించటానికి వీల్లేదు.

....

"దానిఘోష నేను చూడలేకుండా వున్నా.

"అవతల సంఘం వుందనే సంగతి జ్ఞాపకం లేదా ?

"ఈ విషయంలో సంఘం వొప్పుకొంటుందా ?

"ఎన్నటికీ వొప్పుకోదు.

"......................

"సంఘానికి దూరమైనా కావాలి బిడ్డకు దూరమై

"ఇందులో ఏది మీకు ముఖ్యం ?

"దేనికదే ముఖ్యం. మంచికైనా చెడ్డకైనా సంఘం బంధువర్గం దూరమైతే మన మేం చేయగలం ? ఏ సందర్భంలో నైనా ఇరుగుపొరుగుతో మంచి లేకుండా, పొత్తులేకుండా తోడులేకుండా ఒంటరి జీవనం చేయ గల్గుతామా ?

"కడుపున పుట్టిన బిడ్డకు ద్రోహం చేయగలమా ? పోయిపోయి ఆ ఒక్క నలుసు కండ్ల ఎదుట వున్నది. దాని కర్మమిలా కాలిపోతుందని కలలో గూడా అనుకోలేదు. ఏదో ఇంత అచ్చటా ముచ్చటా జరిగే సంబంధం దాని అందానికి దాని చందానికి తగుగాని సంబంధం తెచ్చి పిల్లను బంగోరి చేసినందుకు దానికిగతి అధోగతై పోయింది. అడవిగాసిన వెన్నెల చందమైంది. బూడిదలో బోసిన పన్నీరు రీతి అయిపోయింది. దాని ఆలోచనలు, భావాలు మనకేం తెలుస్తయ్. అది క్రుళ్ళికృషించి పోతుంటే సంపూర్ణ బాధ్యత గల తలిదండ్రులమైన మనం సంసార సుఖా లనుభవిస్తూ కాలం వెళ్ళబుచ్చు తున్నామంటే అర్థమేమైనా వుందా ? ఈ చర్యను సంఘం హర్షిస్తున్నది గదూ ! ఇంకా అది బుద్ధెరిగిన పిల్లగనుక, నీతికి వెఱచే పిల్లగనుక మన అదుపు ఆజ్ఞల్లో వుంటున్నది. ఎంతమంది ఇట్లాంటి వాళ్ళు అప్రదిష్టపాలై వంశానికి, కులానికి, అపఖ్యాతి ఆర్జించి పెట్టిన వాళ్ళు లేరు ! వాళ్ళ గొడవ వాళ్ళ దిగాను, మన గొడవ మనది గాను వదిలేస్తే లాభం లేదు. నేను కంట్లార చూస్తున్న విషయాలు ఎప్పటి కప్పుడు మీతో చెబుతూనే వున్నాను గదా ! మీకు గూడా అపుడపుడు దాని దుఃఖం కన్పడుస్తూనే వున్నాను. మొన్న మీరు గ్రామంలో లేని రోజున జరిగినచర్య చాల విపరీతంగా వుంది. దాని పరిస్థితి జూచి నిలువునా నీరై

పోయినాను. ఇకమన తాత్సారికం పనికిరాదు. ముమ్మాటికి చెబుతున్నాను. బాగా ఆలోచించుకోండి.

"అన్నీ నాకు తెలుసు. సంఘాన్ని చూచి వెఱచి వూరుకొన్నా

'అట్లాకాదు. మా అన్నయ్యను సలహా అడుగుదాం. వాడీవిషయంలో ఏం సలహా యిస్తాడో చూద్దాం. వాడెట్లాగైనా యోచన పరుడు.

"అవును. అతను కొంచెం సంస్కరణాభిలాషి కూడాను. అతని వుద్దేశమేమో కనుక్కోవటం మంచిదే. మంచిదే అని కాకోలు గోడ

నున్న గడియారం "టంగ్"మని మ్రోగింది ఆ రాత్రి పన్నెండున్నర వఱకు ప్రసూనాంబ కాంతారావులు మాట్లాడుకొంటూనే వున్నారు కాంతారావుకు వెంటనే నిద్రపట్టిందిగాని ప్రసూనాంబకు మాత్రం ఏవో ఆలాపనలు ఆవేదన వల్ల చాలసేపటి వరఱకు కునుకు పట్టిందికాదు.

ఇంతకు ముందు షుమారు ఒకగంట గంటన్నరయి వుండవచ్చు కుమారికి మెలకువ వచ్చి తలిదండ్రుల సంభాషణ చెవిని జేరుతునే వున్నది. తన విషయమేనని గ్రహించి కుక్కిన పేనులాగ వుంటున్నది తన మాతా పితరు లిట్టి యాలోచనలో నుండిరని ఇంతకు ముందు తెలి యదు. తన భావాలు, చేష్టలు వాళ్ళకు తెలియకుండా వుండాలనే దాచు కొంటూ వచ్చింది. అపుడపుడు తల్లి స్వతంత్రించి ఎంత గ్రుచ్చి అడిగినా సందివ్వలేదు. తన దుఃఖ కాలానికి వాళ్ళు పాలుపంచుకొన్నారని ఆమెకు గట్టిగా తెలుసు. అందుచే ఇంకా వారిని దుఃఖపెట్టటం భావ్యంకాకనే కుమారి తన హృదయాన్ని బయల్పఱచకుండా వుంది

"భగవంతుడెంత సాయపడ్డాడు. ఈ అర్ధరాత్రి మెలకువ వచ్చింది. నేనువిద్రపోతున్నాననే అమ్మా నాన్న నన్ను గురించి మాట్లాడుకొన్నారు. రేపు మామయ్యతో సలహాపడ్తారట. ఏమని ? అందుకు మామయ్య ఏమంటాడో ! తరువాత నాన్న అమ్మా ఏమి నిర్ణయానికి వస్తారో ? ఇందుకు నేను రేపు చేయాల్సిన పనేమైనా వుంటుందా? అని కుమారి తలపోస్తున్నది. అనేక ఆలోచనలు మెదడునంతా కలచి వేస్తున్నది. నిద్ర పట్టితే బాగుండునని కండ్లుగట్టిగా మూసుకొన్నది గాని మూడుగంటలు కొట్టటం చెవిని బడకుండా వుంటాయా !

——

11

దత్తుగారి భార్యకిపుడు ఆరోగ్యం కుదుట బడ్డది. అందరి చలవ వల్ల ముఖ్యంగా కాంతారావుగారి కుటుంబం వల్ల తాము గట్టెక్కినట్లు భావిస్తున్నారు. దత్తుగారింట్లో అంతా బాపట్లకు ట్రాన్స్‌ఫర్ అయినప్పటి నుంచి కాంతారావుగారి మేడలో ఒక భాగంలో వుంటున్నారు. దత్తుగారు ఆయన భార్య ప్రమాద స్థితిలో నున్నపుడు కాంతారావుగారు చేసిన మేలునకు మరల ఎట్లా కృతజ్ఞత చూపగలరా అని దత్తుచింత ఒకటి రెండు తడవలు కాంతారావుతో యీ విషయమై ప్రస్తావించాడు కాంతారావు నొప్పుకొని "అయ్యయ్యో దత్తుజీ! ఏమిటలా అంటారు? మీకు కష్టమొస్తే వకటి మాకువస్తే మరొకటీనా? మీరుద్యోగ ధర్మంలో ఇక్కడికి వచ్చినపుడు మాబోటి వాళ్ళం సహాయపడనక్కరలేదా మరి? అన్యథా భావించకండి అన్నాడు. కాంతారావుగారి ఉదార భావాలకు, సహృదయానికి దత్తుబహుమెచ్చు కొంటుండేవాడు. ఆమె జబ్బు నయమైనప్పటినుంచి కాంతారావు, దత్తుల ఇండ్లల్లో స్త్రీ పురుషులు మిక్కిలి అన్యోన్యంగా అన్నదమ్ములవలె వుంటున్నారు బస్తీకాపురాల ఇరుగు పొరుగులవలె గాక పల్లెటూరి ప్రేమలతో వావి వరుసలతో పిలుచుకొంటుండేవాళ్ళు. ఎరుగని వాళ్ళెవరైన జూచి కాంతారావు, దత్తులు ఏకమాతృసంజనితులేనని భావించటంలో ఆశ్చర్యంలేదు. వారి మైత్రి అక్కన్న, మాదన్నల సంబంధ బాంధవ్యముల మాదిరి వున్నదంటే అబ్బురం గాదు.

ఈ సంవత్సరం సెలవులివ్వగానే ఒక వారం రోజులు మాత్రం యింటివద్ద గడపి వెంటనే బాపట్ల వచ్చాడు దత్తు బావమరది శంకర కుమార్ బాపట్ల సముద్రతీర ప్రదేశమనీ, చల్లగా వుంటుందనీ, అక్కగారికి జబ్బుచేసిన తర్వాత చూచినట్లుగా వుంటుందనీ, బావగారింట సుఖంగా కాలక్షేపం చెయ్యవచ్చుననే వూహతో శంకర్ వచ్చాడు.

శంకర్ పూనాలో యల్.యల్.బి. పరీక్షనిచ్చి వచ్చాడు. ఇంటర్ ప్యాసయింతర్వాత బావగారి ప్రాపకం వల్ల పోలీసు డిపార్టుమెంటులో ఏదైనా ఉద్యోగం లభిస్తుందేమోనని కృషి చేయటం - ప్రయోజనం శూన్యమవటం పూనాకు వెళ్ళటం సంభవించింది శంకర్ కిపుడు ఇరవై రెండోయేడు కొంచెం చామన చాయగా వున్నప్పటికి స్ఫురద్రూపి, మంచి పర్సనాలిటీగలవాడు

వచ్చిన వారం రోజుల నుంచి ఇంటిసంగతులు, పూనా సంగతులు, బొంబాయి విశేషాలు, కాలేజి ముచ్చట్లు ఒకటేమిటి చెప్పినవాడు చెప్పినట్లే వున్నాడు తనకు ఇంటివద్ద వస్తున్న సంబంధాలను గూర్చి కూడా అక్క. బావలతో చెప్పాడు పూనా సినీస్టూడియోను గూర్చి తలచు చెప్తుండేవాడు. తనను స్టూడియోలోకి రమ్మన్నారట. కాని చదువు నష్ట మౌతుందనే కారణంవల్ల స్టూడియోకు వెళ్ళలేదట ఇపుడు తీసే ఫిలిం పూర్తి కావచ్చిందట. ఆగస్టు. సెప్టెంబరు నెలల్లో మరొక ఫిలిం షూటింగు ప్రారంభమౌతుందట అప్పటికి తప్పక రమ్మనమని స్టూడియో అధికారులు చెప్పినట్లు శంకర్ బావగారితో చెప్తున్నాడు.

"ఈ రోజులల్లో వెధవ వుద్యోగాలకు ప్రాకులాడి, చాలీ చాలని జీవన భృతులతో సంతుష్టి చెందుతూ వుండే దానికంటే ఏ వ్యాపారమో

ప్రారంభించి స్వతంత్ర జీవనం చేయగల్గటం చాలమంచిదని. ప్రస్తుత కాలంలో, సినిమావ్యాపారంగాని, అందులో నటించడం గాని లాభసాటి బేరంగానే వున్నది. అందు నా నీవంటి మంచి పర్సనాలిటీ గల వాడిని స్టూడియోవాళ్ళు వదులుతారుటోయ్. ఏదైనా మంచి ఛాన్సు చిక్కితే వెళ్ళవలసిందేనని నా అభిప్రాయం" అన్నాడు బావగారు దత్తు

కాని పరీక్షలు సంగతి తెలిసి డిగ్రీ పొందితేనే గాని భావి కార్య క్రమాన్ని నిర్ణయించదలచుకో లేదు శంకర్ భవిష్యత్తును గురించి చింత పడేవాడుకాడు.

శంకర్ బాపట్ల రావడం రెండవసారి గనుక కాంతారావుకు బాగా పరిచితడే. శంకర్ తెలివితేటలకు కాంతారావు మెచ్చుకొంటుండేవాడు ఒకరోజున ఇద్దరూ మాట్లాడుతూ మేడమీది గదిలో కూర్చున్నారు. సాయంత్రం మూడుగంటలు దాటింది. కాంతారావు "ఇప్పుడేవస్తాను. కూర్చోవోయ్" అంటూ క్రిందికి వెళ్ళారు శంకర్ ఏదో ఆలోచిస్తూ కేంప్‌కాట్‌పై వేసియున్న పరుపుచుట్ట నానుకొని పరున్నాడు. మేడ ప్రక్కనే దొడ్లో వున్న కొబ్బరి చెట్టు డాబా ఎత్తుకు సమంగా పెరిగి అభ్యంగన స్నానానంతరం అంగనామణి విరియబోసుకొన్న జుట్టులాగా మట్టలు నేలుదిశలా వ్రేలాడుతున్నది. కోమలమై, మృదులమై, నవనవలాడే లేత పొత్తులను దొతిగి అవ్వాయిచువ్వలాగా నిరారుగా పైకెదిగి చుక్క లను జూస్తున్న మొవ్వ మట్ట సముద్ర పథంనుండి వస్తున్న పైరగాలికి అంచులు చీట్లీ ఆకులు ఒకదానికొకటి తాకి ముద్దులుగొంటూ తటతట లాడుతూ టమటమానబడి నీర్పుకరణి శబ్దం జేస్తున్నది వృక్షాగ్రమందు చిట్టీ చిట్లని పూగెలలు, పూర్తిగా తొడుపునుండి వెలికివచ్చి క్రిందికి వంగిన పూగుత్తులు అగెలల చెంగజల్లి తోకలనాడిస్తూ నిర్భయంగా వెనుక

కాళ్ళ మీద కూర్చొని ముంగాళ్ళతో నారికేళ కుసుమభక్షణముసకు ఆనంద పరవశత్వముతో త్రేతాయుగమున తాము జేసిన భక్తిపూర్వక సహాయము నకు శ్రీరామచంద్రుడొసగిన అమూల్య ఫలాహారమిదేనని తృప్తిజెందుతూ ఆనాడుతమను బుజ్జగింప నేర్పడిన దాశరథిమృదులాంగుళుల మూడుచారలను జూచుకొని మురుసుకొని గర్విస్తున్న ఉడుతలను, ఆ క్రింద మాతృవృక్షము యొక్క ఓపికను నయితం గుర్తెరుగ అనాటి బరు ఒకరు వెక్కిరిస్తూ గట్టిపడుతూ, మానవులు మున్నగు జీవరాసులన్నీ ద్విదళీవులు, తాము సంపూర్ణంగా త్రినేత్రధారుని అవతార జన్ములమని విర్రవీగుతూ, తమ జన్మ ఏహాస్యగాని చేతనైనా వందెమున కుపయోగింప విశిత ఖడ్గమున కెఱగకుండా, సాక్షాత్తు పరమేశ్వరుని సమక్షమున అర్పణమై జన్మ రాహిత్యం చేసుకోవలెనని ఏకాగ్రచిత్తంతో తపమాచరిస్తూ, లంబికా యోగంలో బ్రహ్మరంధ్ర మార్గాన్నే అమృతాన్ని అస్వాదిస్తుండే హద యోగివలె తపంఫలోదకముతో పొట్టనింపుకొంటూ, నూత్న దంపతుల పెండ్లి పీటలపై ఏధువు సదుట కుంకుమబెట్టి బంగారు పళ్ళెరంలో అందించనన్న మాదిరి జతలు జతలుగానున్న కొబ్బరి బోండములను జూచిన కొలదీ శంకరుకు ప్రకృతి సౌందర్య మంటే ఉత్సాహమినుమడిస్తూ తదేక దృష్టితో ఇతర అలోచనలన్నీ మరచి వున్నాడు.

ఇంతలో దృష్టి పదానికొక వ్యక్తి అడ్డుతగిలింది. తెల్లని యెండను కన్నార్పక చూస్తున్న శంకరుకు కన్నులొక్కసారి గట్టిగా మూసి తెరిస్తేనే గాని నూతన వ్యక్తిని అనవాలు పట్టేందుకు అవకాశం లభించింది కాదు.

నాన్నగారు మేడమీద వున్నారనే వుద్దేశ్యంతో మధ్యాహ్న ఫలహారాన్ని వెండి పళ్ళెంలో నుంచుకొని ఒకచేత పళ్ళెం, మరొక చేత్తో కాఫీ మరచెంబు తీసికొని సావిత్రి గౌరీదేవి నోములకు పూజా ద్రవ్యాలు నైవేద్యాలు, తీసికొని వీధివెంట పోతూండే సువాసినిలాగా వచ్చి గబగబాగదిలో కాలుబెట్టి తండ్రిలేకుండుట శంకరు దొంటరిగానుండుట గమనించి ఇకమీద కాలాడక కన్యాకుమారి వెనక్కు తగ్గింది. ఇది శంకర్ గూడా గమనించాడు. ఇదంతా రెండు రెప్ప పాట్లు కాలంలో జరిగి పోయింది.

క్రిందటి పర్యాయం శంకర్ బాపట్ల వచ్చినపుడు కుమారి అవి వాహిత ఎందుకైనా పిలిస్తే దగ్గరకు వచ్చి కబుర్లు చెప్తుండేది. ఇపుడో యుక్తవయస్కురాలు. వివాహిత పైపెచ్చు పూర్వ సువాసిని. ప్రస్తుత సమయం శంకరుని ఒంటరి పాటు. మరి వెనుకంజ వేయటంలో ఆశ్చర్య మేమున్నది? శంకరు పలుకరించ బోయాడు. పెదవులు తడబడినవి. చివరకు లేచి కూర్చున్నాడు ఈ పర్యాయం తాను వచ్చింతర్వాత కుమా రిని ముఖాముఖి చూడనే లేదు. ఎలాగైతేనేం పెగల్చుకొని "కుమారీ! లోనికిరా. బయట ఎండగదూ? అన్నాడు. తలుపు చాటున నిల్చొని వున్న కుమారికి నునుసిగ్గు పెదవులపై చిందులాడు తున్నది. శంకరుని వాక్కు చెవిన బడగానే లోనికేగాలో, తిరిగి ఇంట్లోకి వెళ్ళాలో, అచటనే తండ్రి కొరకై వేచివుండాలో అర్థంగాలేదు. ప్రత్యుత్తర మివ్వాలనుకొన్నది మనసొప్పటంలేదు. ఏదో హృదయానికి భారమనిపిస్తున్నది. మరి నాన్న గారి సంగతి తెలిసేదెలా? అయినా అడిగితే తప్పేమిటి? ప్రశ్నించాలను కొన్నది.

"నాన్నగారెలా వెళ్ళారు ?

"క్రిందికే వచ్చారే—కన్పించలా ?

"రాలేదే !

"వెంటనే వస్తానని వెళ్లారు. మరెక్కడికి వెళ్ళారో.

.. ... . ?

"ఆ పళ్ళెం లోపలుంచు

కుమారి తటపటాయించింది. లోపలికి వెళ్ళి పళ్లెం టేబులు మీద వుంచాలనుకొన్నది. కాళ్ళాడటం లేదు. కారణం ? పరపురుషుడనేనా ? స్వీయ పురుషుడనే వాడొకడున్నాడా ; సిగ్గౌతున్నది. ఎందుకు ? భయమేస్తున్నది ఆతదేమన్నా చేస్తాడనా ? శంకరు అట్టివాడుకాడే. అయితే ఇక సిగ్గెందుకు ? తలిదండ్రులు శంకిస్తారనా ? తనలో లోపమేమైనా వున్నదా ? ఏ విధమైన కళంకము మనసులో లేనపుడు సంకోచమెందుకు ? ఆత్మపరీక్ష చేసుకొన్నది. మబ్బులు క్రమ్మిన గగన సీమలో గాలికి పరువు లెత్తే మేఘాల చాటునుండి హఠాత్తుగా బయటపడి తొంగిచూచే శీత కిరణుని వినిర్మల ముఖబింబంలో కళంకంకంట బడక తప్పించుకో గలదా? మనమా ! చలించితివా ? యువకుడు, విద్యాధికుడు, స్ఫురద్రూపి, ఒంటరి పాటు చిత్తచాంచల్యం కలగటం ఆబ్బురమా ? బయట వేచివుండటం కంటే లోపలకు వెళ్ళాలనే మనసు ఉవ్విళ్ళూరుతున్నది. ధైర్యము తెచ్చుకొన్నది లోపలకు వెళ్ళింది చరచరా టేబిల్ వద్దకు పోతున్నది.

మళ్ళా ప్రయత్నించాలని శంకర్ అనుకొన్నాడు. ఏమని ? ప్రశ్నలు వెతుకుతున్నాడు ? ఏమనాలో తెలియటంలేదు. పెదవులు స్పందిస్తున్నవికాని శబ్దం రావటం లేదు కుమారిని చూడగానే అవ్యాజానందం అనుభవిస్తున్నట్లే వున్నది. శరీరం నిండా చిరు చెమటలు క్రమ్ముతున్న విషయం అతడు గుర్తించనే లేదు.

కుమారి కోడిగ్రుడ్డు ఆకారంగా వున్న మేజామీద రెండు ఫలహార పళ్ళాల నుంచింది కిటికీ వెంబడే వున్న కూజా మూత తీసి రెండు చేతుల్తో పట్టుకొని లేచి వెనక్కు తిరిగేసరికి ద్వారం దగ్గర నాన్నగారి దర్శనమైంది. గుండె ఎవరో బాదినట్లు రక తకమని కొట్టుకొన్నది రెండు గ్లాసులను మేజాపై వుంచింది.

కాంతారావు ఒక కుర్చీలో కూర్చొని, జేబుగుడ్డతో ముఖం తుడుచు కొంటూ "శంకర్ ! రావోయ్. పలహారం చెయ్ అన్నాడు.

"మీరు కానీండి."

"ఓహో ! ఫలహారం పెట్టేదికాక ఇంకా కానీగూడా ఇవ్వాలా ! ఎందుకు ? పక్కవాడి పొట్లానికా ?"

"కాదుసార్. హేళన చేస్తారు !

"సరేలే,రా"

శంకర్ రెండో కుర్చీలోకి చేరాడు పదార్థాలు రుచికరంగా వున్నయ్. ఏమీ చేదా ? విషమా ? నోట్లో వేసుకొంటే కరిగిపోయే మైసూర్‌పాక్, కరకరలాడే ఉల్లిపాయపకొడి. "ప్రసూనాంబగారు తయారుచేయటంవల్ల నా కుమారి తెచ్చిపెట్టినదనా ? ప్రేమగల వ్యక్తి చేతి పదార్ధం అట్లాగే ఉంటుందిగాబోలు". అనుకొన్నాడు శంకర్.

ప్రేమగల వ్యక్తి అని యతడనుకోటానికి కుమారికి తనపై ప్రేమ గలదని అతడెరుగునా ? లేక తానెపుడైనా కుమారిని ప్రేమించాడా ? ప్రేమంటే ఎన్నో అర్థాలున్నాయికదా! శంకర్ మనూహర్మ్యంలో ఒక గాలి కెరటం అలా వీచింది.

తండ్రి హాస్యోక్తులకు కుమారికి నవ్వొచ్చింది. శంకర్ ఒకసారి కుమారివంక రెప్పనెత్తి చూచాడు. కుమారి మందస్మితాన్ని పెదవుల్తో వొత్తుకొంటూ మేడమెట్లు దిగివెళ్ళింది.

"అవునమ్మా ! బాధ్యత గల్గిన నీవు యోజించుకోవాలె.

"ఏమి యోజి-చుకొను నామొహం. నాకేం పాలుబోవడం లేదు".

'మాటోటి వాళ్ళం వొద్దుమంటి ఎన్ని కబుర్లు చెప్పితేనేం ? దిగిన వాళ్ళకుగావి లోతు తెలియదు గదా !

" .. ..

"మీరు వుభయులూ.... ....

"అయ్యో నాయనా ! మీ బావగారెప్పుడూ సంఘంమో సంఘమో అంటారు. బంధువర్గాన్నెలా వదులుకొంటాము అంటారు.

'ఏం జేస్తుందమ్మా సంఘమూ - బ ధువర్గమూ

"ఏమోతం(డీ ! చూచి చూడనట్లూరుకొంటారా ? వాళ్ళ కళ్ళల్లో వున్న దూలాలను అణచేసుకొని, ఎదుట వాళ్ళ కళ్ళల్లో నలుసుల్ని ఏర్తారు.

"(పసూనాంబా ! అవ్వా, బువ్వా రెండూ ఎలో వస్తాయ్. అమ్మాయి యోగ క్షేమాలు విచారించుకొంటావా లోకం. మాట మరచిపో. బంధువర్గాన్నెంచుకొంటావా అమ్మాయిమాట తలపెట్టుకో వద్దు.

"వెనుకనుయ్యి: ముందుగొయ్యిగా వుందన్నియ్యా ఆడపిల్ల భారం ఎవరికేం తెలుస్తుంది.

మీ బావగారికైనా ఏదో దారి త్రొక్కాలనే వుంది. వారికీ వెనకా-ముందు తోచటం లేదు, లోలోపల ఇద్దరం కుమిలి పోతున్నాం.

"అమ్మాయీ! నేనొక్క సంగతి చెప్తావిను నీకు ఇతరులతో ప్రసక్తి ఎందుకు? నీవు కావలసిన వాళ్ళు నీ యింటి కొస్తారు? అక్కర లేదనుకొన్నవాళ్ళు రారు. నీకేం కూటికి తరుగై గుడ్డకు లోటై ఒక రింటికి వెళ్తావా? ఈ కాలంలో ఎంతమంది ద్వితీయం జేస్తున్నారు. ఎవడా కాదనేది?

అని సూర్యారావు దబాయించి అతని మామూలు ధోరణిలో మాట్లాడాడు సూర్యారావింత మాత్రం ప్రోత్సాహమిచ్చినందుకు ప్రసూనాంబకు పంచప్రాణాలు లేచివచ్చినై. అతని ప్రసంగం వల్ల స్వయంగా పూనుకొని మళ్ళా పెళ్ళి జేయ పూనుకొనేలాగా కన్పిస్తున్నాడు. మిగతా బంధువర్గం మాటెలావుంటేనేం, తన పుట్టింటి తరుపున చీలిపోయే వాళ్ళు లేరని ప్రసూనాంబకు కొంత ధైర్యం వచ్చింది.

కాంతారావు ఈజీ చైర్‌కు చేరగిలబడి కండ్లు మూసుకొని బావ మరిది భార్యల సంభాషణ వింటూనే వున్నాడు తలుపు ఓరగించి తల్లి తహ్వతహ, మేనమామ మేఘగంభీర సాహసవచనాలు, నాన్నగారి అర్ధాంగీకార సూచకమౌనం అవగాహన జేసుకొంటున్నది కన్యాకుమారి. ఇంతలో "బావా! బావా! ఏమిటలా మేనుఘాల్చావ్ నీ అభిప్రాయ మేమిటో చెప్పవేమిటయ్యా! అన్నాడు సూర్యారావు మూసినకన్ను తెరవ కుండానే కాంతారావు "ఏ మున్నదోయ్ నా అభిప్రాయానికి? ఈ విష యంలో నన్నెక్కువగా తలచక నీ యిష్టం వచ్చినట్లు చేశేయి"! అన్నాడు

"ఉమ్మడిమాటగా చెప్తావేమయ్యా బావా !

'తండ్రి చచ్చినా మేనమామను బ్రతక మన్నారు. నీ మేనకోడలి విషయంలో నేం జెప్పేదేవిటి ? నా అంత వాడివి నీవు. అంటూ కండ్లు దెరచి ఒక్కనిట్టూర్చాడు.

నాన్నగారి హృదయమిపుడు తెల్లమైంది కుమారికి. ఆయన గూడ తన విషయంలో బాధపడుతూనే వున్నాడని వ్యక్తమైంది. ఆ వుచ్చారణ లోగల దీనత, ఆ మాటల పొందిక జూస్తే ఇక కార్య భారమంతా సూర్యా రావు భుజస్కంధాలపై వ్రాలిందని భావించటంలో విశేషమేమీ లేదు. ఈ విషయం ప్రసూనాంబ సూర్యారావులుకూడా గ్రహించక పోలేదు. సూర్యారావు ఇలా అన్నాడు.

"నాకిదివరకే ఈ ఆలోచన వున్నది. నేనీ విషయాన్ని ముందుగా బయట పెత్తే మీ మనస్సులకు కష్టంగా తోచవచ్చు ఏమో, ఇతనిలా చెబుతున్నాడు' అని మీరు దురభిప్రాయ పడవచ్చు. బాధ్యులు, తలి దండ్రులు, బరువు మోసేవాళ్లు, కష్టసుఖాలు మీకే తెలిసివచ్చి ఆ భారం మీరే తెలిసికో గలిగి ఇపుడన్న మాటలు మీ ముఖతః వస్తే అందులో ఎంతో అందం వున్నదిగాని ముందుగా నేను సలహా యిస్తే పట్టీపట్టనట్లూరు కొంటారు. నా సలహా వ్యర్థమౌతుంది ఇది యితరులు జెప్పే విషయం కాదు. ఆత్మబుద్ధిస్సుఖంచైవా అన్నట్లు, మీకై మీరు ఆలోజించుకో వాల్సిన సంగతి .... ప్రసూనాంబా ! ఏమంటావు" ?

"ఎంత దెబ్బతీశావోయ్ సూర్యారావ్ ! కీలెరిగి వాత బెట్టావే

"నిజం బావా ! నేనన్నదాంట్లో తప్పేమిటి ?

'అవునురా అన్నయ్యా, పరిస్థితులు తెలియనపుడు పరిపరి విధాల పోతుంది మనసు.

సూర్యారావింకా ఇలా అన్నాడు.

"బావా ! నేను మరో సంగతి చెప్పదలచాను. అమ్మాయి వూహ తెలిసినపిల్ల. దానికి తెలియని విషయాలేమీ లేవు. ఎవర్నో ఒకర్ని మనం వెదకి తీసికొచ్చి అంటగట్టటం నా అభిమతం కాదు. దాని బుద్ధికి ఆలోచించుకొని నచ్చినవాణ్ణి, మనసొచ్చినవాణ్ణిగా ఎందుకొంటే మనమభ్యంతరం చెప్పరాదంటాను. "నిజమేననుకో. అయినా దానిమొహం ఇదేమి ఆలోచించుకొంటుందిరా. మ న మే మంచీ చెడ్డ చూడాలిగాని, అన్నది ప్రసూనాంబ.

ఈ విషయంలో కొంతారావు అంతగా సుముఖత కనపరచలేదు. 'సూర్యారావ్ ! నీ మాట కడ్డం వచ్చినందుకు క్షమించాలి నీ వన్న సందర్భంలో మాత్రం నేనేకీభవించ లేను. అందులో చాల సాధక బాధకాలున్నవి. నీవు సంస్కార ప్రియుడవైనందువల్ల అలా మాటాడేవు. పర్యవస్థానం మనమనుకొన్నట్లు జరుగదు మన అభిమతాలకు శుద్ధ వ్యతిరేకం జరిగి తీరుతుంది ... ఇంకా నేను విప్పి జెప్పాలే ?

'..............................

క్షణ కాలం నిశ్శబ్ధ మావరించింది.

'అవునులెండి' అన్నది ప్రసూనాంబ.

వుండే గీత లేకపోతే నన్ని అంధకార బంధుర ప్రవాసంలో నుంచి సుఖకర మైన నీ చెంత జేర్చుకో" అని ఆప్యాయంగా భక్తిపూర్వకమైన ప్రార్దన జేసింది. ఇందువల్ల భగవంతుడు దృశ్యుడు కాలేదు; వరమీయలేదు; మార్గం చూపించలేదు, ఇట్లాచేయి అని అజ్ఞాపించనూలేదు. కాని పరి తపించే ఆ హృదయ భారం కొంత తగ్గే శాంతిచేకూరింది. బాధ్యత అంతా భగవంతుడి మీద పడ్డది.

ఆలోచనా తరంగ పరంపరలలో బుటకలు వేస్తున్న కుమారికి అమ్మా ! దీపాలు వెలిగించు వేళయింది. అన్న తల్లి వాక్యాలు విన్పించినవి.

——

13

ఆనాడు మనసేమీ బాగలేదు. షికారుకు వెళ్ళేందుకూ-డా మన సొప్పటం లేదు. హృదంతరాళం పరిపరి విదాల పరువులు తీస్తున్నది. అందజాలని ఫలానికై అర్రులు చాచినట్లున్నది. ఆకాశ హర్మ్యాల విహారించటం గాక మరి ఆలోచన లేమిటి ? తనకు కానిదానికై అంత పరితాపమా ? అట్లని మనసున కింపైనది. కంటికింపైనదీ కోరకుండా, వుంటామా ? ఒక వేళ అలభ్యమే అగుగాక, హృదయంలో నుంచి తీసివేయటమెలా ? ఏ విషయంలో లోపమున్నది ? అందానికా ? సాటిలేదు. విద్యకా ? కొఱత లేదు, వయసునకా ? యుక్తము, ప్రవర్తన ? వంకబెట్ట వీలుగానిది. ఇట్టి కోరిక భావ్యంకాదని మనస్సు మందలిస్తున్నది. మరొక సందర్భంలోకి ఆలోచనను మళ్ళింప యత్నించినా సాధ్యం గావటం లేదు. మేడమీద తివాచీ పరుచుకొని పరున్నాడు. ఏమేమో ఆలోచనలతో చాలసేపు గడచింది చీకటిపడ్డది. రోదసీ కుహరమధ్యమంలో అష్టమి చంద్రుడు సరిగా నడినెత్తిమీద వెలుగును విరజిమ్ముతున్నాడు. శీత కిరణములు హృదయావేదనాన్ని తీసికొని చల్లబఱుచుట కుమారు ఉడుకెత్తించుట విపరీతమే. యువకుడు కాదా మరి శంకర కుమారుడు ! బావగారు ఆఫీసు నుండి వచ్చే వేళ అయింది. ఇకనైనా క్రిందికి వెళ్దామనుకొని లేచి మేడ మెట్లు దిగుతున్నాడు!

"నాన్నగారు కబ్ నుంచి వచ్చే వేళయింది. మేడమీద దీపం

పెట్టలేదేమని అంటారు. అనుకొంటూ హరికెన్ లాంతరు వెలిగించి తగ్గించి కుమారి పైకి పట్టుకెళ్తున్నది

ఆ మేడకున్న మెట్లు ముప్పయి. పైనుండి పదిహేను క్రింది నుండి పదిహేను కలిసే మధ్య భాగంలోకి ఒక టర్నింగ్ వున్నది. పై మెట్ల పై వ్యక్తి క్రిందికి సూటిగాగాని, క్రిందనున్న వ్యక్తి పైకి సూటిగాగాని కప్పించే అవకాశం లేదు టర్నింగు నుండి మాత్రం ఇరుపార్శ్వములా చూడవచ్చు.

పరధ్యానని మగ్నుడై మనసు మనసులో లేని శంకరుకు క్రింది నుండి వచ్చు వెలుగు గోచరించనే లేదు. దిగలేక దిగలేక ఒక్కొక్క అడుగు మెల్లగా వేసుకొంటూ వచ్చే కాలిచప్పుడు కుమారికి వినబడలేదు. కుమారీ కుమార్ లిద్దరూ తలవని తలంపుగా టర్నింగులోకి వచ్చారు. ఆ చదరపుగజం మెట్టుమీద ఇద్దరూ నిలబడ్డారు. కుమారి గుండె టక టక కొట్టుకొన్నది వెనుక మెట్టుమీదికి ఆమె అనుకోకుండానే కాలు వెళ్ళింది. కుమార్ ఆశ్చర్య చకితుడైనాడు. ఇద్దరికీ ఒక విధమైన భయము, ఆనందమూ కలిగినవి. అందుచే గాబోలు చిరుచెమటలు ప్రారంభించినవి. ఒక నిమిషకాలం చిత్తరువులవలె కదలక మెదలక నిల్చిపోయినారు.

మేడమీద శంకర్‌గాని మరొక వ్యక్తిగాని వున్నట్లు కుమారి కెంత మాత్రం తెలియదు. ఆ వేళలో ఇంటివద్ద కాంతారావుగాని, కుమార్‌గాని వుండుటెప్పుడూ మామూలుకాదు ప్రతి దినమూ యీ విధంగా యీ వేళకు దీపం పెట్టి రావటం కుమారికి మామూలే. ఆ కారణంచేత యధా పకారం బయలుదేరింది. పైన శంకరుడున్నట్లు తెలిసివుంటే పోసాహసించేదిగదు. ఇదివరకే తన మనస్సును పరీక్షించుకొని శంకర్ యెడ హృదయంద్ర

చిందని గుర్తెరిగిన కుమారి ఎన్నడూ అతనితో ఏకాంత సంభాషణకై ప్రయత్నించి కూడా యెరుగదు. ఆమెపరిశుద్ధాత్మగలది.ఆమెలోగల స్త్రీతత్వం ఒక మెట్టు క్రిందికి దింపి నిలబెట్టింది

శంకర్ విశ్చేష్టుడైనాడు. ఎదురు వచ్చిన వ్యక్తి ఎవరో సన్నని దీపకాంతిని గుర్తించుటకు కొద్ది ఆలోచన అవసరమైంది. కుమారియని గుర్తించినా సంభాషించే పెదవులు చైతన్యాన్ని కోల్పోయినవి. అడ బోయిన తీర్థమెదురైనపుడు తానమాడకుంటే బేల తనమౌతుంది. మాట్లా డించదాని కుద్యుక్తుడైనాడు.

"కుమారీ ! భోంచేశావా ?

"అప్పుడే !

"ఏం, ఇలాబయల్దేరావ్.

'పైకి వెళ్దామని.

'పరాయి మగవాళ్ళున్నచోటుకు రావచ్చా ?

'... ... ...

"మాట్లాడవేం కుమారీ !

'ఏమో నాకు తెలియదు.

'తెలియని నంగనాచివా !

'మీకు జవాబులు చెప్పలేను !

'అయితే తెలివితక్కువ వాని వన్నమాట !

'నన్ను పైకివెళ్ళనీయండి!

'అందీ ఎందుకు కుమారీ !

'అనవసర ప్రశ్నలు. నాన్నగారు వచ్చే వేళయింది.

'.........................

క్రిందికి దిగి వెళ్తున్నాను.

'కుమారీ ! కుమారీ ! అబ్బా ! వెళ్ళకు. ఇదుగో ఒక్కమాటని అంటూ మూడుమెట్లు దిగి కుమారిని పట్టుకొన్నాడు కుమారి ఒడలు జలదరించిది. భయమునుమడించింది. ఎన్నడూ పురుషుని శరీరం స్పృశించని కుమారికి శంకర కరస్పర్శతో రక్తము వెచ్చనై పల్చనై జలజల ప్రవహిస్తున్నది.

'చేయివదలండి.

'వదలను. నీతో ఒక్కమాట పైకిరా. ఈ వేళలో మీ నాన్నగారు రారు.

మనసులో పిరికితనం నృత్యం చేస్తూ కాళ్ళు తడబడుతూ వున్నప్పటికి కుమారి మెట్లు ఎక్కింది.

చేతనున్న లాంతరు మేడగదిలో దూలానికి వ్రేలాడుతున్న ఇనుప కడ్డీ కొక్కానికి తగిలించింది. స్ప్రింగ్ చైర్‌లో కుమారిని ఆసీనురాలను జేసి తానొక ఫేముకుర్చీలో శంకర్ కూర్చొన్నాడు. ఒక యువకుడితో ఏకాకతంగా చేతులు కలుపుట కిదే కుమారి జీవితంలో మొదటిసారి అంటే అతిశయోక్తికాదు. శంకరుడొక చిన్న ఉపన్యాసం ప్రారంభించాడు.

''కుమారీ ! నీవీనాడు ఇప్పుడు ఇక్కడ ఈ విధంగా లభిస్తావని కలలోగూడ అనుకోలేదు. ఈ మన కలయికను బట్టిచూస్తే భగవంతుడు

భావికాలంలో తోడ్పడగల్గ దనుకొంటాను. వెనక నేనిక్కడికి వచ్చినపుడు నీయెడల నాకో విధమైన వాత్సల్యముండేది. ఈసారికి ప్రేమగా మారింది. నీ యిప్పటి పరిస్థితిలో కరుణగూడా తోడయింది. మీ అమ్మా-నాన్నగార్లు ఈ కాలంలో ఎందుకిలా వదలి ఉపేక్షించాలో అని చింతిస్తున్నాను. వారి మాటలు వదిలేసి నిన్ను తలచుకొంటే నావరకు నాకే చాలా అందోళన కరంగా వుంది. సంతోషంగా గూడా వుండేది. ఆ సంతోషం నిన్ను పలక రించటానికి సయితం వెలుపుగల్గించింది. అది నీ నైతిక ప్రవర్తనకు ప్రతి ఫలం. నేనుగొప్ప సంస్కర్తను కానుగాన నీవంటి అభాగినులను చూస్తే హృదయం రాయిచేసుకోలేను. నీకిట్టి ఆపద సంభవించిందని మా బావ గారు ఉత్తరం వ్రాస్తే ఆనాడు నాకు అన్నం సహించలేదు. తూ-త-ఎరు గని నీవంటి పసికందులను ఇంటనుంచుకోవడం భావ్యంగాదని తలుస్తాను.

నిన్న మీయింట్లో, మావాళ్ళంతా చేసిన రహస్య సమావేశ సంభా షణ నా చెవిదాక మ్రోగింది. ఆ మరుక్షణం నుంచి నా ఆవేదనకు- సంతో షానికి - ఉద్వేగానికి చెలియలి కట్టలు లేవు. కాని నిన్నెలా పొందగల్గు తానా, అనే ఆలోచన-చింతా నన్ను వేధిస్తున్నవి. నిజంగా నా ఆత్మ నిపుడు పరీక్ష చేసుకొన్నాను. ఇది ఆరంభ శూరత్వమా ? తాటాకుల మంట వంటిదా ? అని ప్రశ్నించుకొన్నాను. జీవిత పర్యంతం నిలిచేదేనని సమాధానం చెప్పుకొన్నాను. సంస్కరణాభిలాషచేతనా ? ప్రేమా ? అయితే అంత అప్రేమా ? అని వితర్కించుకొన్నాను. సంస్కరణాభిలాషతో కూడిన యదార్ధ ప్రేమ అని జవాబు పొందాను. ఈ నిర్ణయం నిన్ను ఉద్ధరించుటకా ? నా జీవితాన్ని కొనసాగించుకొనుటకా ? అనుకొన్నాను.

విన్నుద్ధరించి, నీకు నేనేదికైన్కా విన్నువొడ్డెక్కిద్దామనే ఉద్దేశం గాక నా భావి భాగ్యోదయమైకుట్లు భావించి నా జీవితాన్ని ఆనందసాగరంలో విహరింప జేద్దామని సంకల్పించి పూనుకొన్నాను. నన్ను అన్యధా భావించకు. అపార్ధంచేసుకోకు· నీ యిష్టం వచ్చిన వారికిచ్చి వివాహం చేదామని మా మామయ్య సూచించుట కూడా విన్నాను. అంతా నీ చేతులోనే వున్నది. కనుక నన్నూ అంగీకరించు. నా ప్రార్థన త్రోసివేయకు. విన్ను కనకపు సింహాసనంమీద కూర్చోపెట్తానని గాని, అందలంమీది కెక్కిస్తానని గాని నేనిపుడు వెర్రి వాగ్దానాలు చేయలేను నాతోబాటు సమాన స్థాయిలో నా అర్ధాంగ లక్ష్మివిగా భావించుకొని సంసారం నడుపుకోగలనని మాత్రం వాగ్దానం చేస్తున్నాను నీవంగీకరింపకపోతే నాదారి నే జూచుకొంటాను. విన్ను నిరాశచేసుకొవిగాని నేనన్యం పరికింపబోను.

కుమారికిది ప్రమాదమో, ప్రమాదమో బోధపడలేదు. వంచిన తల నెత్తకుండా వుంది. కళ్ళ నీళ్ళు తొడలపై బడి మబ్బురంగు చీర తడిచింది. శంకరు కిది చాల కష్టం గలిగించింది

"కుమారీ ! పలకవేం. ఎందుకలా కంటికి మాటెకి ఏకదారగా విలపిస్తావ్ ఊరుకో నీ ఆనందమే నా ఆనందం. నీ విచారమే నా విచారం. విన్నుజూచి ఇక నేనోర్వలేకుండా వున్నాను. అంటూ చేరుమాలతో రెండు కండ్లు వత్తాడు కుమారి పయ్యెదతో మళ్ళా తాను గూడా తడివి పూర్తిగా అద్దుకొన్నది. నొప్పి ఎత్తి,మూసుకొనిపోయిన స్వర పేటికను పెగల్చ లేక రెండుగుటకలు గట్టిగా వెసి గద్గదంతో మి అమూల్య ప్రసంగం వింటూ నేను చెప్పలేని ఆవెదననుభవించాను. అ ఆవేద · మీ ఆవేదనకు

పూర్తిగా వ్యతిరేకమైనది. ఈ సమయంలో నా కండ్లయెదుట దుఃఖ సముద్రం తప్ప మరొక పదార్థం గోచరించటం లేదు. ఇవుడు మీకేదో సమాధానం చెప్పవలసిన భారం నాయందే వున్నది. కాని ఏం చెప్పాలో నాకే తెలియదు. ఏం చెప్తే యేమౌతుందోననే భయం ముందుకు వస్తున్నది

"నిజమే. కొంచెం ఓర్పు వహించు, గతాన్ని తలచుకొని చింతిస్తే ప్రయోజనం లేదు. భావి కర్తవ్యాన్ని గూర్చి ఆలోచించు

"నాన్నగారు వచ్చే వేళయింది. వచ్చారేమో కూడా చాలసేపైంది. నేను వెళ్తాను.

"పిచ్చిదానా ! ఎందుకంత భయం ! సర్వ హక్కులు నీవేకదా ! నీ నోటినుండి వచ్చే ఆ శుభ వాక్యం వినాలని కుతూహల పడుతున్నాను.

'ఇది సమయం కాదు. స్త్రీ తత్వాన్ని మీరు పూర్తిగా అర్థం చేసు కోలేదేమో క్షమించండి నన్ను ఆలోచించు కొనేందుకు అవకాశ మివ్వండి.

'నీకేమైనా సందేహాలున్నాయా ? నా పరోక్షంలో విచారించే దాని కంటే సమక్షంలో సంకోచాలను తీర్చుకొనుట యుక్తంకాదా !

"ఊ ! సంకోచాలు !

అని కుమారి లేవగానే శంకర్ లేచాడు. గోడమీదనున్న అద్దంలో నిలబడిన ఇద్దరిని చూచాడు శంకర్. తలను వంచుకోని వున్న కుమారి గడ్డం క్రింద చెయివేసి కొంచెం ఎత్తాడు. ముఖ పద్మం వాడి వున్నది. నల్లని కనుబొమలక్రింద తెల్లతామరలవలె వుండే కండ్లు ఎర్రతామరవలె

వున్నది. కెలకులలో నుండి స్రవించేలాగా కొలకులలో నుండి నీరు క్రమ్ముతున్నది. గాలి తెమ్మెరలకు కదులుతూ వుండే సరోవరంలో నిండు చంద్రబింబం వూగిసలాడిన రీతిగా వచ్చీరాని మందస్మితం కొలిక్కై యెడిమిచ్చిన పెదవుల మధ్య కుమారి పల్వరస గోచరించింది.

"కుమారీ ! నీ అభిప్రాయం చెప్పలేదే !

"బాధించకండి" అంటూ గబగబా దాటిపోతున్నది. "కుమారీ ! కుమారీ ! అన్నాడు.

ఆ మేడ మెట్లు చరచరా దిగి వెళ్ళింది.

శంకర్ గదిలోవున్న అద్దంలో ముఖావలోకనం చేసికొన్నాడు. ఉత్సాహ నిరుత్సాహ రాహిత్యం ద్యోతకమైంది. అద్దము వెనకనే వున్న దువ్వెనదీసి చెదరివున్న ముంగురులను సవరించుకొంటున్నాడు.

"శంకర్" అనే బావగారి పిలుపు హడావుడిని గల్గించినవి.

———

14

ఉదయం తొమ్మిదిగంటలైంది. బస్సు వచ్చి ముంగిలిలో ఆగింది. వెంటనే దత్తు లోపలకు వచ్చి కుర్చీలో కూర్చొని ఒక్క నిట్టూర్పు విడిచాడు. నుదుట బోసిన చెమట చూపుడు వ్రేలితో ఒక ప్రక్కకు లాగి క్రిందికి జారవిడుస్తున్నాడు. తడిసిపున్న యూనిఫారం డ్రెస్సు లిప్పేసి స్నానం చేయబోతూ ఫ్లాస్కులో తనకై విశ్వ వుంచిన రెండు కప్పుల కాఫీ పీల్చివేశాడు

"ఈ వుద్యోగంలో బావకు హాయి లేదక్కా ! రాత్రనక, పగలనక ఊపిరిసలుపుకో కుండా చాకిరీ చేయ్యాలి ! అన్నాడు శంకర్.

"ఎక్కడో ఖూనీ జరిగిందట. అందుకై ఆదుర్దాగా వెళ్ళి వచ్చారు. అని అక్కగారి సమాధానం.

స్నానానంతరం దత్తు సివిల్ డ్రెస్ వేసుకొని 'వంటయిందా? అన్నాడు బట్టతల క్రాప్ ఎడంచేత్తో సవరించుకొంటూ. 'కొంచెం ఆలస్య, ముంది" అని ప్రతిధ్వని. బావగారు యీజీచైయిర్‌లో వ్రాలటం చూచి, ఏదో పని వున్నట్లు షూస్ వేసికొని "బావా ! ఇదుగో ఈ లెటరు చూడు. అంటూ ప్రక్క జేబు నుంచి పైకిలాగి దత్తు చేతికందించి బజారుకు వెళ్ళాడు శంకర్. పత్రున కవరు చించి దత్తు చదవటం ప్రారంభించాడు.

ప్రియమైన బావా !

మీతోసమక్షంలో మాట్లాడ్డానికి ఖిడియంగా వున్న కారణం చేత నా

ఈ క్రింద వ్రాయబోయే విషయం మీకు తెలియజేయటం, మీ ద్వారా జరగడం అవసరం గనక నేనే ఈ వుత్తరాన్ని వ్రాస్తున్నాను. ఇలా చేసి నందుకు క్షమించండి.

మన హౌస్ వోనర్ కాంతారావు గారి కుమార్తె కన్యాకుమారికి వారు మళ్ళా వివాహం చేయదలచిన సంగతి మనకు తెలుసు. ఆమె అన్ని విధాల సుగుణరాశి నేనా అమ్మాయిని మనసారా ప్రేమించాను. ఆమె ద్వితీయం అయినప్పటికీ హృదయ పూర్వకంగా అంగీకరిస్తూ, మీరున్నూ నా యెడల గల వాత్సల్యంతో మా దాంపత్యానికి దోహద మిస్తారని ఆశిస్తున్నాను.

కనుక మీరీవిషయమై శ్రద్ధతో కాంతారావుగారితో మాట్లాడ గోర్తాను.

మీ ప్రియమరది

శంకర కుమార్.

జాబు చదువటం పూర్తి అయి కాకముందే భోజనానికి పిలుపు వచ్చింది. దత్తు లేచి లోపలికి వెళ్ళారు.

శంకర్ అభిప్రాయాన్ని ఆమోదించాలో ? తిరస్కరించాలో దత్తుకు బోధపడలేదు. అతని పూనికకువిస్తు పోతున్నాడు. కాంతారావుగారికి తనకూ వున్న స్నేహానికి హటాటా హటి వెళ్ళి జరగదామే ! ఇది వెళ్ళి రాయబారమా ! లేక అడగట్లో వస్తువు బేరమా ? కాంతారావుగారి స్నేహబాంధవ్యంగా మారుతుందా ? విరోధంగా ప్రబలుతుందా ? దత్తు పూర్వాపరం విమర్శించుకొంటున్నాడు. భోజనానంతరం కిళ్లీనమల్తూ పిగరెట్టు పీల్చి వూదుతూ వరండాలోకి వచ్చేసరికి సూర్యారావు ప్రత్యక్ష

మైనాడు. దత్తు సూర్యారావుకై నెమకుతున్నాడో లేక సూర్యారావు దత్తు కొఱకై వస్తున్నాడో గాని ఒకరి కొకరు కరస్పర్శ చేసి హాలులోకి వచ్చి బైరాయించారు కొద్ది కాలంలో కాఫీ రామాయణం గడిచిన తర్వాత "పంతులుగారూ ! ఈ లెటరు చూడండి" అంటూ టేబిలుమీద నున్న శంకర్ వుత్తరం సూర్యారావు కందించాడు దత్తు. ఆ జాబును సూర్యారావు మొదట ఆసక్తితోను తరువాత అప్యాయంగాను చదివాడు. "బాగానేవుంది. అని మాత్రం ఉన్నారు

"ఏమిటి తమ అభిప్రాయం ? అన్నాడు దత్తు.

"బాగానే వున్నది అన్నానుగదూ !

"తరువాత కార్యక్రమం నిర్ణయిస్తారా ?

"బాధ్యత గల వ్యక్తులు . ..

"శ్రమయిచ్చినందుకు క్షమించండి

"సరే. ఆలోచించి మనవి జేస్తాను.

× × ×

సూర్యారావుగారు వెళ్ళి ఒక గంటకు పైగా అయింది. తిరిగి రాలేదు. కాంతారావుగారు క్రొత్తపారాయేం ? స్వయంగా మాట్లాడదాం అనుకొంటూ ఒక గుడ్డికూరుకు తీసి లేచిన దత్తు ఈజీచైర్‌ను వాక్కేస్తూ లేవ బోతూండగా శంకర్ ముసిముసి నవ్వును బయటికి పొక్కనీయకుండా చేతిగుడ్డను అడ్డం పెట్టుకొంటూ ప్రవేశించాడు.

"శంకర్ బలే పని చేశావోయ్ అన్నాడు దత్తు.

"ఏమిటోబావా ! నీతో ముఖాముఖి చెప్పలేక పోయాను.

"ఆలోచించుకొని చేశావా?

"మనసు దృఢపఱచుకొనే.

ఇలా మాట్లాడుతూ దత్తు కాంతారావుగారింట్లోకి వెళ్ళాడు అందరూ కూర్చొని మాట్లాడుతూనే వున్నారు. కాంతారావు లేచి, "ఓహో! దయచేయండి సార్ చైర్ చూపించాడు.

కుర్చీలో చతికిలబడుతూ దత్తు "కాంతారావుగారూ! మన బావగారు పరిస్థితిని మనవి చేసే వుంటారు. అదిన్నీ లెటరువల్ల ఆతని దృఢ నిశ్చయం వ్యక్తమౌతున్నది. ఇదివరలో మనం ఏకకుటుంబీకులంగా ప్రవర్తించాము. మీ యావన్మంది చేసిన సహాయానికి ఏ విధంగా కృతజ్ఞత చూపగలనా అని బాధపడ్డాను. ఇపుడీరూపంగా మనం బంధువులం అయితే నా మనస్సుకు ఎంతో ఆనందంగా వుంటుంది. నా బావమరిదిని మీకు అల్లుణ్ణి చేయటం కంటె మరేమీ ప్రత్యుపకృతి చేయలేను ఇక మా వాడి విషయంతో ప్రత్యేకించి మాకు చెప్పవలసినది గాని, అమ్మాయి విషయంలో నేను తెలుసుకోవలసిందిగాని ఏమీ లేదు. మీ రంగీకరించేదే తడవుగా నాగపూరుకు లెటరు వ్రాస్తాను. వాళ్లూ మన మాట దాటిపోరు. వచ్చేస్తారు. మంచిచెడ్డ చూచుకొని వివాహం చేసేదాం అన్నాడు.

'ఇంత కంటె మంచి సంబంధం బావగారు తేగలరా? శుభస్య శీఘ్రం" అన్నాడు సూర్యారావు.

"చిత్తం అంతకంటే కావలసిందేమున్నది? అన్నాడు కాంతారావు.

వెంటనే సూర్యారావు అందుకొని "దత్తుజీ! మా కెవ్వరికీ ఏమీ అభ్యంతరం లేదు. మా తోబుట్టువు గూడా ఉప్పొంగిపోతున్నది. కాని,

"ఆలోచించుకొని చేశావా ?

"మనసు దృఢపఱచుకొనే.

ఇలా మాట్లాడుతూ దత్తు కాంతారావు గారింట్లోకి వెళ్ళాడు అందరూ కూర్చొని మాట్లాడుతూనే వున్నారు. కాంతారావు లేచి, "ఓహో ! దయచేయండి సార్ చైర్ చూపించాడు.

కుర్చీలో చతికిలబడుతూ దత్తు "కాంతారావుగారూ ! మన బావ గారు పరిస్థితిని మనవి చేసే వుంటారు. అదిన్నీ లెటరువల్ల ఆతని దృఢ నిశ్చయం వ్యక్తమౌతున్నది. ఇదివరలో మనం ఏకకుటుంబీకులంగా ప్రవర్తించాము. మీ యావన్మంది చేసిన సహాయానికి ఏ విధంగా కృతజ్ఞత చూపగలనా అని బాధపడ్డాను. ఇపుడీరూపంగా మనం బంధువులం అయితే నా మనస్సుకు ఎంతో ఆనందంగా వుంటుంది. నా బావమరిదిని మీకు అల్లుణ్ణి చేయటం కంటె మరేమీ ప్రత్యుపకృతి చేయలేను ఇక మా వాడి విషయంతో ప్రత్యేకించి మాకు చెప్పవలసినది గాని, అమ్మాయి విషయంలో నేను తెలుసుకోవలసిందిగాని ఏమీ లేదు. మీ రంగీకరించేదే తడవుగా నాగపూరుకు లెటరు వ్రాస్తాను. వాళ్లూ మన మాట దాటిపోరు. వచ్చేస్తారు. మంచిచెడ్డ చూచుకొని వివాహం చేసేదాం అన్నాడు.

'ఇంత కంటె మంచి సంబంధం బావగారు తేగలరా ? శుభస్య శీఘ్రం" అన్నాడు సూర్యారావు.

"చిత్తం అంతకంటే కావలసిందేమున్నది ? అన్నాడు కాంతారావు.

వెంటనే సూర్యారావు అందుకొని "దత్తుజీ ! మా కెవ్వరికీ ఏమీ అభ్యంతరం లేదు. మా తోబుట్టువు గూడా ఉప్పొంగిపోతున్నది. కాని,

కన్యాకుమారికి తన అంగీకారం తెల్పేందుకు సిగ్గుగా వుంది. తల్లి వత్తిడి చేస్తున్నది గనుక, ముఖ్యంగా మామయ్య ఇదివరకే తన అభిప్రాయాన్ని గమనించాలని అని వుండటంచేత అభిప్రాయ ప్రకటన చేయక తప్పటం లేదు. అందరూ ఈ విషయాన్ని గురించి మాట్లాడుతూ అటో యిటో తేల్చుకొందామనేటట్లున్నప్పుడు, తన అంగీకారమే తరువాయిగా వున్నప్పుడు బెల్లంకొట్టిన రాయిలాగా వుంటే ప్రయోజనమేమిటి ? దీతరాత్రి శంకర్ తాను మేడమీది గదిలో వున్నప్పటి సంఘటన కండ్లకు గట్టినట్లగుపించింది. దుఃఖం పొర్లుకు వచ్చిన ఒక విధమైన ఆనందం అనుభవించినట్లే తోస్తుంది. శంకర్ తప్ప మరొక వ్యక్తి దృష్టిపథంలో లేనూలేడు. అట్టి ఆలోచనలెప్పుడూ లేవు మీదు మిక్కిలి శంకర్ తనపై చూపిన ప్రేమ, వాత్సల్యం అనన్యంగా తోచింది. అతనెప్పుడు వా తప్పు మాటలు మాట్లాడేవాడుకాదు. అన్న మాటలు హృదయపూర్వకమైనవే శంకర్ విద్యావిహీనుడా ? అందచందాలు లేనివాడా ? రసికుడుకాడా ?

అన్ని విషయాలు తర్కించుకొని కుమారి తలవంచి పయిట చెఱగు మీద వున్న జరీగుర్రాన్ని సవరిస్తూ "సరే అలా అయితే నాకు ఇష్టమేనని చెప్పు" అన్నది.

15

అనంతకాల వాహినిలో క్రింద మీద మీద క్రింద కావటం సహజమే గదా ! ప్రకృతి వీదిలో సుఖ దుఃఖాలు కాపురం చేస్తుంటాయి. ప్రపంచంలోని జీవరాశి కష్ట సుఖాలను పొందుతూ నవ్వుతూ, ఏడుస్తూ వుంటే చూచి ఆనందించటం పరాత్పరునకు లీలట. ఆ జగన్నాటక సూత్రధారికి ఇందువల్ల కలిగే ఫలితం ఏమిటో ? ఎందుకో ?

కన్యాకుమారీ – శంకర్ కుమార్ లిరువురూ ఆనందాంబుధి నోలలాడుతున్నారు. వాళ్ళు బొంబాయి చేరి మూడు సంవత్సరాలు దాటినది. ఇంతవరకూ శంకర్ నటించిన ఏ హిందీ ఫిల్మున్నూ తక్కువ డబ్బు చేసుకోలేదు. ఇదివరలో రెండువేల అయిదువందలు మాత్రమే. ఈ నెలారంభం నుంచి నిండా మూడువేల రూపాయలు ఇస్తున్నారు. అతని అదృష్టరేఖ బాగుంటే నటుడేగాక దర్శకుడు గూడా కావచ్చునని, రాబోయే ఫిలిం అతని దర్శకత్వం క్రింద నడవ్వచ్చని స్టూడియోలో పుకార్లు. నలభైవేల రూపాయలుపెట్టి బొంబాయిలో ఒక చిన్న మేడ కొన్నాడు. రకరకాల నూత్న పరికరాలు తెచ్చి ఇల్లు నింపేస్తుంటే, వాటిని అలంకరించే పనిలో నిమగ్నురాలై పోతుంది. కుమారి.

ఈ నివాస గృహానికి స్టూడియోకు చాల దూరముండటం వల్ల ప్రయాణానుకూలం నిమిత్తం ఈ యేడు పన్నెండువేల రూపాయల కొక కారు తీసికొన్నాడు.

నవ యవ్వనంతో మిస మిస లాడుతూ గంధర్వాంగనలా వుందే కుమారి నిత్య నూతన వికాసాలతో రంగు రకగుల చీరలతో సహజ సౌందర్యాన్ని వెలిజిమ్ముతున్నది

× × ×

పాం । రామనాథం గార పిస్చె త్తి మరల మనసు కుదుటబడక కొలది కాలాకికే చనిపోయినారు. అంతకు ముందే వెంకటమ్మ గతించింది. శ్యామలాంబకు కొంత కాలం వరకు జానకిరావు వద్ద వుండటం ఇష్టం కాకపోయినా కూతురు దేవిని గురించైనా గత్యంతరం లేక వుంటున్నది. జానకిరావు బి.యల్ ప్యాసయి నామమాత్రంగా చెక్కాగట్టుకొని సరదాగా కోర్టుకు పోయి వస్తూంటాడు

× × ×

కాంతారావుకున్న పాతికెకరాల భూమి తమ దంపతుల తదనంతరం కుమారికి చెందేటట్లు వీలునామా వ్రాసి రిజిస్టరు చేశాడు. కుమారికి కలిగిన పిల్లవాడు చిన్నతనం నుంచి తాత ముత్తవ్వల వద్ద బాపట్లలోనే పెరుగుతున్నాడు. చిన్నిపిల్లలు అందు నా మగపిల్లలు లేని కారణంచేత కాంతారావు ప్రసూనాంబలకు మనుమడు విజయకుమార్ అంటే గారాబం.

విజయునికిపుడు ఐదోయేట అక్షరాభ్యాసం చేయాలని కాంతారావు గారు ముహూర్తం బెట్టి బొంబాయికి వ్రాశాడు కుమారీ కుమార్‌లు వచ్చారు. బంధువుల్నందర్నీ ఆహ్వానించారు. అందరితోబాటు జానకిరావుకు గూడా ఆహ్వానమందింది పిలిచిందే తడవుగా అతను వచ్చారు. విష్ణుయందుండే ప్రేమచేత, కోడలియందుండే అనురాగం కొలదీ-ఇచ్చిన సంబంధం చస్తే

తీరిందనే సామెతగాక-కుమారి మరొక వివాహం చేసికొన్నప్పటికి శ్యామలాంబ ప్రోత్సహించినందువల్ల జానకిరావుతోబాటె దేవి, శ్యామలాంబలు కూడా ఈ వేడుకకు రావటం అందరికి సంతోషంగాను, తృప్తిగాను వుంది. మరొక విశేషం-పిల్లవానికి చదివింపులేగాక కుమారికి పసుపుకుంకుమకై జానకిరావు ఐదువేలరూపాయలు చదివించాడు. ఇది అందరినీ ఆశ్చర్యపరిచింది.

ఎవరియెడల గల ప్రేమచేత తనకీ ధనం లభించిందో ఆ వ్యక్తికే ఈ ధనం చెందజేయుటకు అతడీలోకంలో లేడుగనుక కుమారి ఆ ధనాన్ని ఆశించక అతని ఆత్మ సంతృప్తి కొరకై, అతని పేరు శాశ్వతంగా విల్చేందుకై శంకర్ అంగీకారంతో మరో పదివేలరూపాయలు చేర్చి పదిహేను వేల రూపాయలతో గుంటూరులో "విష్ణువర్ధన పుస్తకభాండాగారం" నెలకొల్పేందుకు తగు యేర్పాట్లు చేయవలసిందిగా జానకిరావును కోరింది కుమారి.

× × ×

ఉద్యోగ ధర్మం గనుక దత్తుగారు విశాఖపట్టణంలో వున్నారు. ఈ ఆహ్వానానికి రాలేకపోయినందుకు చింతిస్తూ టెలిగ్రాం ఇచ్చారు దత్తుగారు లేకపోవటం అందరికీ కొరతగానే వుంది

సూర్యారావు లేకుండా యేపనీ జరుగదు కనుక ఈ శుభసమయంలో సయితం అతనిదే పెత్తనమంతాను వచ్చిన పెద్దలందరికీ చందనతాంబూలాలు నూతన వస్త్రాలిచ్చి ఉచిత రీతిని కాంతారావుగారు సత్కరించారు.

× × ×

౮౨ -4

అని చదివి విద్యుల్లత పుస్తకం మూసి చటుక్కున చాపపై వేసి "ఇస్స్ అమ్మయ్య' అన్నది ఇంతలో "అమ్మగారూ ! అమ్మగారు ! అని వినబడ్డది

"ఎవరువారు అన్నది లత.

"అమ్మా నేనేనండి శారదగారొచ్చారంట, చాలసేపయిందంట. అమ్మగారురమ్మాన్నారండీ, అన్నది దాసి.

"లతా ! నిజమేనే ! పనిగూడ వున్నది. వస్తా. మళ్ళా ఇంకోసారి విశదంగా మాట్లాడుకొందాం, అంటూ శారద లేచి "వెళ్ళివస్తానే" అన్నది.

"మంచిది" అన్నది విద్యుల్లత.

అంబేద్కర్ సూక్తులు

1. పీడితవర్గాలు సమైక్యతతో మానవత్వము ఆర్థిక సమానత్వముకోసం నిర్విరామమైన పోరాటాన్ని నడపాలి. భువనభోనాంతరాలు ప్రతిధ్వనించేలాగున సాంఘీక విప్లవ శంఖాన్ని పూరించాలి. సర్వమానవజాతి చలించేలాగున విప్లవజాతులను వెలిగించాలి.

2. మీ జీవితపు శాగోగులు మీరు పుట్టకముందు నిర్ణయింపబడుతాయనే మూఢనమ్మకము వదలిపెట్టండి. మీ సుఖ దుఃఖాలు, పేదరికము దేవుడు నిర్ణయించినవి మాత్రము కావు. ఈ రకమైన మూఢ నమ్మకాలే మిమ్మ శాశ్వత బానిసలుగా తయారు చేస్తాయి మన దేశంలో పేదవారి శ్రమను దోచుకుంటూ వాళ్ళ వేడి నెత్తురు జుర్రుకుంటున్న ధనస్వాములు మత సంబంధమైన నీతి శాస్త్రముల చ్ఛాయల్లో రక్షింపబడటం ఘోరమైన విషయం.

3. బానిస, తన బానిసత్వం బాపుకోవాలి. మీ బానిసత్వం మాపుకోడానికి ఏ దేవునిమీదగాని, ఏ మహాత్ముని మీదగాని ఆధారపడకూడదు. భానిసత్వములో రాజకీయాధి

కాముతో ముడివేయబడియున్నది కాని, తీర్థయాత్రలలోను ఉపవాసములతోను బంధింపబడి లేదు. పవిత్ర గ్రంథాలను, దేవతలను పూజించినంత మాత్రాన బానిసత్వము కటిక దారిద్ర్యము, సాంఘికమైన మర్యాద, దురంతాల నుండి విముక్తి చెందలేదు. తరతరాలుగా మీరు చినిగిన పిరిబట్టలనే ధరించుచున్నారు. రోగాలతో రొచ్చుగుంటలవద్ద నివాసములతో మీ జీవితాలు బలిచేయబడినవి. మీ వ్రతాలు, మీ పిండ దానాలు, మత ఆచారాలు, గీతాపారాయణాలు మిమ్ము బానిసత్వమునుండి విముక్తి చేయలేవు. అన్యాయాన్ని తెలుసుకొని తీవ్రమైన ఉద్యమాన్ని నడపాలి.

4 నవసమాజ నిర్మాణము ప్రార్థనలతోను, నినాదాలతోను జరుగదు. దానికి విప్లవమే శరణ్యము. హేతువాదము లేని శాస్త్రజ్ఞానం ఎంతగొప్పదైన ఆదిమానవులకు మాత్రం నిరుపయోగము.

5. మన హక్కులను అన్యాయముగా హరించినవారి నుండి తిరిగి పొందటానికి యాచన, విజ్ఞప్తులు ప్రయోజనము లేదు. దానికి నిర్విరామమైన పోరాటమే శరణ్యము. దేవతలకు మేకలను బలియిస్తారు గాని పులులను గాదు.